बापूजींची अमर कहाणी

रा.वा. शेवडे गुरुजी

मेहता पब्लिशिंग हाऊस

Please contact us at **Mehta Publishing House Pvt. Ltd., Pune.**
Email : **production@mehtapublishinghouse.com**
Website **: www.mehtapublishinghouse.com**

* **BAPUJINCHI AMAR KAHANI**
by R.V. Shevade Guruji

* **बापूजींची अमर कहाणी** / कुमार साहित्य
रा.वा. शेवडे गुरुजी

* संस्थापक : सुनील अनिल मेहता

* प्रकाशक : मेहता पब्लिशिंग हाऊस प्रा. लि.,
१९४१, सदाशिव पेठ, माडीवाले कॉलनी, पुणे – ४११०३०.
✆ ०२०-२४४७६९२४
E-mail : production@mehtapublishinghouse.com
Website : www.mehtapublishinghouse.com

* मुद्रक : श्री मुद्रा

* प्रथमावृत्ती : सप्टेंबर, २०१७ । पुनर्मुद्रण : फेब्रुवारी, २०२४

* मुखपृष्ठ व आतील चित्रे : देविदास पेशवे

* किंमत : ₹ १४०

* P Book ISBN 9789386745361

माझे मित्रद्वय

दिनकर द. पाटील

व

अप्पासाहेब जाधव

यांच्या निर्लोभ प्रेमास

आगाखान पॅलेस येथील महात्माजी आणि कस्तुरबा यांचे तैलचित्र

एके दिवशी मोयिन्याचे वडील त्याला म्हणाले, ‘‘गावात हरिश्चंद्राचं नाटक लागलं आहे.’’

‘‘कुठं लागलं आहे पिताजी?’’

‘‘आधी ऐक. मी सर्वांची तिकिटं काढली आहेत.’’

‘‘म्हणजे तुम्हीसुद्धा येणार पिताजी?’’

‘‘नाही. मला माझ्या ऑफिसची कामं आहेत. तुम्ही सर्व मिळून जा. दंगा करू नका, लक्ष देऊन नाटक पाहा.’’

नाटक पाहायला मोयिन्या अधीर झाला होता.

रात्रीची जेवणे उरकली आणि दिवाण कबा गांधींच्या कुटुंबातील सर्व मंडळी राजा हरिश्चंद्राचे नाटक पाहायला गेली.

पात्रांनी नाटक अप्रतिम वठविले होते. प्रेक्षकांच्या मनाची पकड राजा हरिश्चंद्र, राणी तारामती आणि राजकुमार रोहिदास यांनी घेतली होती. भावनाप्रधान मोयिन्या तर तिसऱ्या अंकाच्या प्रारंभापासून अश्रू गाळीत होता. सत्त्वासाठी हरिश्चंद्राने, तारामतीने आणि राजकुमार रोहिदासने किती अपार कष्ट घेतले, याचे त्याला एका बाजूने आश्चर्य वाटत

होते, तर दुसऱ्या बाजूने आपण आयुष्यभर सत्त्वशील आणि सत्यप्रिय जीवन जगण्याचा तो निश्चय करीत होता.

नाटक संपले. प्रेक्षक घरोघर परतले. सर्व जण नाटकाची स्तुती करीत परतत होते. गांधी कुटुंबातील मंडळींच्या मनातील खेळकरपणा नाहीसा झाला होता. ते कथेतील पात्रांशी समरस झाले होते. मोयिन्याच्या नेत्रांतून वाहणारे अश्रू सुकले नव्हते.

दुसऱ्या दिवशी मोयिन्या शाळेत गेला. तो दहा मिनिटे आधी पोहोचला होता. त्याच्या चेहऱ्यावरला नाटकातल्या दुःखाचा परिणाम संपूर्णपणे कमी झाला नव्हता. गुरुजींनी त्याला विचारले,

''मोयिन्या! ''

''काय गुरुजी?''

''तब्येत बरी नाही का?''

''छान आहे.''

''मग आज गंभीर दिसतोस? कालच्या नाटकाचा परिणाम दिसतोय.''

''म्हणजे गुरुजी, तुम्ही आला होता नाटक बघायला?''

''हो. ''

''मला खूप खूप नाटक आवडलं. राजा हरिश्चंद्राची गोष्ट किती चांगली होती नाही?''

''तू काहीही म्हण मोयिन्या, मुलांनी नाटकं बघू नयेत, असं माझं स्पष्ट मत आहे.''

गुरुजींचा शेरा मोयिन्याला आवडला नाही. गुरुजी म्हणाले,

''जा वर्गात. आज बहुतेक शाळा तपासण्यास अधिकारी येतील. सर्व अभ्यास लक्षपूर्वक कर.''

घंटा वाजली. वर्ग सुरू झाले, शेवटच्या बाकावर मोयिन्या तीन मुलांत मध्ये बसला होता. मुलांचे अभ्यास सुरू झाले. बोलाफुलाला गाठ पडली. बाराच्या सुमाराला शाळा तपासनीस आले. ते गुरुजींच्या खुर्चीवर बसले. त्यांनी गुरुजींना विचारले,

''आहे ना सर्व तयारी?''

''आहे. लेखनाच्या वह्या तपासण्यासाठी टेबलावर ठेवल्या आहेत.''

''ठीक आहे. आता मुलांना एक सामुदायिक कविता म्हणायला सांगा.''

मुलांची कविता म्हणून झाली. निरीक्षणासाठी शाळा तपासनिसांनी वह्यांचा गठ्ठा आपल्याजवळ ओढून घेतला. ते गुरुजींना म्हणाले,

''पाच स्पेलिंग्ज मुलांना लिहायला सांगा. मुले बरोबर लिहित आहेत की नाहीत, ते

वर्गात हिंडून पाहा. तोपर्यंत माझ्या वह्या पाहून होतील.''

तपासनीस टेबलावरच्या वह्या तपासू लागले. मुले बरोबर लिहित आहेत की नाहीत, ते पाहत शिक्षक वर्गात फिरून पाहू लागले.

सर्व मुले व्यवस्थित लिहित होती. शेवटच्या बाकावर तीन मुले बसली होती. त्यातील मधला मोयिन्या होता. पाचांपैकी चार स्पेलिंग्ज त्याची बरोबर आली होती. शेजारच्या मुलाच्या वहीतील पाहून चुकलेले पाचवे स्पेलिंग त्याने बरोबर लिहावे म्हणून आपल्या पायातील बुटाने गुरुजींनी मोयिन्याच्या पायाला ठोकरले.

हे मोयिन्याच्या लक्षात येत नाही, असे वाटल्यावरून त्यानी तसे दोन-तीन वेळा ठोकरले. मोयिन्याने स्पेलिंग दुरुस्त केले नाही. गुरुजींना थोडे वाईट वाटले आणि रागही आला. शाळा तपासनिसानी बोलावताच गुरुजी टेबलाकडे गेले. तपासनीस म्हणाले,

''झालंय का लिहून सर्वांचं?''

''झालंय.''

''या माझ्या वह्या तपासून झाल्या आहेत. आता स्पेलिंगच्या वह्या मागून घ्या.''

गुरुजींनी वह्या गोळा केल्या. तपासनिसांच्यापुढे ठेवल्या. त्यांनी वह्या चाळल्या. सर्वांनी बरोबर लिहिले होते. पण एका वहीत एकच चूक होती. ती वही मोयिन्याची होती.

तपासनिसांच्या निदर्शनाला ती आली. त्यांनी गुरुजींच्या कामावर शेरा दिला- एका मुलाची एक चूक झाली, ती सुद्धा व्हायला नको होती.

शाळा तपासनीस निघून गेले. गुरुजींच्या मनात विचार आला, मोयिन्याने माझे ऐकले असते, तर आज वाईट शेरा मिळाला नसता. ते मोयिन्याला म्हणाले की, ''घरी जाताना मला भेट.''

मोयिन्या शाळा सुटल्यावर गुरुजींकडे गेला आणि म्हणाला,

''मी आलो आहे. काय काम आहे गुरुजी?'

''मी तुला तीन वेळा खुणावलं. तू लक्ष दिलं नाहीस. तेवढं चुकलेलं स्पेलिंग बघून लिहिलं असतंस, तर वाईट शेरा मिळाला नसता.''

''गुरुजी, सांगू?''

''पुन्हा आणि काय सांगणार आहेस?''

''दुसऱ्याचं बघून लिहिणं मला आवडत नाही. ती कॉपी आहे, म्हणजे लबाडी आहे. लबाडीने मिळालेले गुण किंवा शेरा खरा कसा असेल? मला खोटेपणा आवडत नाही आणि कालच तर मी हरिश्चंद्राचं नाटक पाहिलंय.''

"हो हो. अजून तुझ्या डोक्यात हरिश्चंद्र बसला आहे तर! शहाणा आहेस जा."

हा मुलगा म्हणजे राजकोटचे दिवाण करमचंद ऊर्फ कबा गांधी यांचा मोहन. मोयिन्या हे त्याचं लाडकं नाव.

मोहनदास करमचंद गांधी या मुलाचा जन्म २ ऑक्टोबर, १८६९ रोजी काठियावाड जिल्ह्यात पोरबंदरला झाला. पोरबंदर हे जुने समुद्रकाठचे एक सुंदर बंदर. ते बार्डा टेकड्यांपासून थोड्या अंतरावर आहे. मोयिन्याचे बालपण आणि शाळेला जाईपर्यंतचे शिक्षण पोरबंदरात झाले. गांधी घराण्याचे पोरबंदर हे परंपरागत ठिकाण. करमचंदांना राजकोटला दिवाणपदावरची चांगली नोकरी मिळाली व त्यांचे कुटुंब राजकोटला आले. मोयिन्याचे शिक्षण तिथे सुरू झाले.

विद्यार्थिदशेतले मुलांचे जीवन पुष्कळसे संगतीवर अवलंबून असते. त्या काळात मित्र म्हणजे सर्व काही असे त्यांना वाटते.

मोयिन्याचेही तसेच झाले. शाळेमध्ये शिक्षक शिकवीत, त्यात ''आपला देश किंवा भारत इंग्रजांच्या ताब्यात आहे, आपण पारतंत्र्यात आहोत, आपण स्वतंत्र झालं पाहिजे, प्रसंगी उग्र लढा दिला पाहिजे,'' असं मुलांना सांगत.

मोयिन्याचा एक धट्टाकट्टा मित्र त्याला म्हणाला,

''अरे, तुझ्यासारखी शेळपट पोरं कसला देश स्वतंत्र करणार आहेत?''

''म्हणजे?''

''अरे तुझं मनगट बघ, तुझा दंड बघ, तुझी छाती बघ आणि माझी प्रकृती बघ. कसा धट्टाकट्टा आहे मी!''

''तू धट्टाकट्टा कशामुळे झालास?''

''अरे, मी मटण खातो मटण.''

''शी: शी:''

''शी: शी: काय करतोस? ते इंग्रज बघ, मटण खाऊन कसे दांडगेश्वर झालेत; म्हणून राज्य करताहेत आपल्यावर. नाहीतर तू.''

''नको रे मला असं बोलू.''

"नाही बोलत; पण आहे का मटण खाण्याची तुझी तयारी? अरे, महिन्याभरात सुधारेल तुझी प्रकृती."

मोयिन्याला हे सारे खरे वाटले आणि त्याने मटण खायला सुरुवात केली. एकदा माणूस मोहाला बळी पडला, म्हणजे त्याची घसरगुंडी व्हायला वेळ लागत नाही. मांसाहाराच्या मागोमाग धूम्रपान आले. त्याची धुंदी चढायला लागली आणि सारे काही तगडा जवान होण्यासाठी. या अनावर झालेल्या मोहामुळे मोयिन्याला कर्ज झाले. त्याची त्याला काळजी लागून राहिली. त्याने आपली अडचण भावाला सांगितली आणि उपायही सुचवला. हातातल्या सोन्याच्या कड्याचा तुकडा कापून तो विकून कर्ज फेडायचं.

बेत पक्का झाला.

शनिवारची दुपार होती. जेवणे झाली होती. किंचित प्रकृती बरी नसल्यामुळे मोयिन्याचे वडील कबाजी अंथरुणावर डोळे मिटून एका कुशीवर पहुडले होते. शेजारच्या खोलीत मोयिन्या आणि त्याचा भाऊ यांचा कडे तोडण्याचा उद्योग चालू होता.

मोयिन्याने सोन्याचा तुकडा हातात घेतला. गुपचूप मांजराच्या पावलाने पिताजींच्या खोलीतून तो हळूच बाहेर सटकला. व्यसनातील भागीदारी करणाऱ्या मित्राकडे तो गेला.

तुकड्याला बरी किंमत आली. सर्व कर्ज फिटले.

मित्र निघून गेला. मोयिन्या घरी यायला निघाला आणि मग त्याच्या मनाशीच संवाद सुरू झाला.

मन म्हणाले, 'घरच्या कुणाला न विचारता असं सोनं विकणं ही लबाडी आहे. आई-वडिलांची फसवणूक आहे. तुला आईनं काय कमी केलंय? वडील किती लाड करताहेत तुझे! आल्यागेल्याला आमचा मोयिन्या हुशार आहे, प्रामाणिक आहे असं सांगत असतात ते. केलेली लबाडी पचणार आहे थोडीच; उघडकीला येणारच! दुर्गंधीप्रमाणे ती सगळीकडे पसरायला वेळ लागणार नाही. आईच्या मैत्रिणी म्हणतील की, एवढी श्रीमंती असूनही पोराला काहीच देत नाही, मग पोरं अशीच वागणार. पिताजींचे मित्र म्हणतील की, हा मोठ्या पगाराचा दिवाण, पोरांचे लाड करायचे नाहीत, त्यात चार पैसे खर्च होतील म्हणून चिक्कूपणा दाखवतो. नाव मोठं नि लक्षण खोटं.'

या विचारांनी मोयिन्या अस्वस्थ झाला. त्याला पश्चात्ताप झाला. आपण असे करायला नको होते, असे वाटले त्याला. पण त्यावर उपाय काय? त्याला काही सुचेना. घर जवळ आले होते. मोयिन्याने निश्चय केला, आपण पिताजींना हे सारे सांगायचे, देतील ती शिक्षा घ्यायची. शिक्षेने माझे मन स्वच्छ होईल. रुखरुख तरी थांबेल.

मोयिन्या घरी आला. आतल्या खोलीत पिताजी तसेच झोपले होते. तो आपल्या खोलीत गेला. भैया दुसऱ्या कुठल्या तरी कामाला निघून गेला होता. आपला पश्चात्ताप पिताजीना धीटपणे सांगण्याचा धीर त्याला होईना. मग त्याने एक चिठ्ठी लिहून पिताजींच्या उशीखाली ठेवायचे ठरविले.

वहीतला एक कागद फाडून मोयिन्याने लिहिले–

पूज्य पिताजी,

होऊ नये ते माझ्या हातून झालं, पण आता मी तसं करणार नाही. मी खरं खरं सांगतो की, मी नक्की सुधारेन. झाल्या अपराधाची जी कठोर शिक्षा आपण मला द्याल, ती सोसायला मी तयार आहे.

तुमचा लाडका,

मोहन

पिताजींच्या उशीखाली घडी घालून ती चिठ्ठी मोहनने ठेवली आणि बाहेर जाऊन दाराजवळ फटीतून पिताजींवर त्याची प्रतिक्रिया काय घडते, हे तो पाहू लागला.

कागदाच्या आवाजाने कबाजींनी कुशीवरून वळून पाहिले. उशीखालची चिठ्ठी त्यांनी हातात घेतली. पडल्या पडल्याच ती वाचावी, असे त्यांना वाटले; पण चिठ्ठीतला

मजकूर नजरेखालून जाताच ते ताडकन उठून अंथरुणावर बसले. इतक्यात दाराआड लपलेला मोहन त्यांच्याजवळ आला. मोहनच्या डोळ्यांतून पश्चात्तापाचे अश्रू वाहत होते. पिताजींच्याही मनावर या गोष्टीचा विलक्षण परिणाम झाला. आपला मोहन वाईट वागला, याचे त्यांना दुःख झाले आणि त्याला केल्या चुकीचा पश्चात्ताप झाला, याचा आनंदही झाला. मोहनच्या डोळ्यांतील अश्रू पाहून त्यांच्या डोळ्यांतून कृतार्थतेचे दोन अश्रूंचे थेंब बाहेर आले.

कबाजींनी ही सारी हकिगत घरच्या साऱ्यांना सांगितली आणि त्याबद्दल मोहनला कुणीही न बोलण्याची ताकीद दिली.

असाच मोहनच्या मनावर आणखी एका गोष्टीचा परिणाम झाला होता. त्यांच्या घरची नोकराणी रंभाबेन बाल मोहनला गोष्टी सांगत असे. तिची श्रावणाची गोष्ट मोहनला इतकी आवडली, की श्रावणाप्रमाणे आपणही आपल्या आई-वडिलांची खूप खूप सेवा करायची, असे त्याने ठरविले. रंभाबेनच्या मागे मोहन सारखा लागायचा की, 'बेन, गोष्ट सांग.' बिचारी रंभाबेन रोज नवी गोष्ट कुठून सांगणार? मग तिने भुताखेताच्या, राक्षसाच्या, चोराच्या, हिंस्त्र पाशवी प्राण्यांच्या गोष्टी सांगायला सुरुवात केली.

या गोष्टींचा भलताच परिणाम बाल मोहनवर झाला. तो अंधाराला भिऊ लागला. चाणाक्ष रंभाबेनच्या ध्यानी ही गोष्ट यायला वेळ लागला नाही. ती म्हणाली,

"बेटा, एवढा अंधाराला का भितोस?"

"अगं, तुझ्या गोष्टीतला एखादा राक्षस, एखादा चोर माझ्या मानगुटीवर येऊन बसला तर?"

"असं कसं होईल?"

"नाहीतर एखादा वाघ?"

"इथं कुठला आलाय वाघ."

"मग साप, विंचू असणारच."

"वेडा रे वेडा. मग असं कर"

"काय करू रंभाबेन?"

"तुला भीती वाटू लागली की, 'राम राम राम राम' असा रामनामाचा जप कर."

मोहनने रामनामाचा जप सुरू केला. त्याची भीती पार पळून गेली. श्रद्धाळू, भोळ्या, पापभीरू मोहनला रामनामाच्या जपाची गोडीच लागून राहिली, ती कायमची.

मोहन आता चांगला वागू लागला होता. आईला कामात मदत करीत होता. वडिलांची सेवा करीत होता. मोहनकडून पाय चेपून घेणे, कबाजींना फार आवडे. मोहन शाळेत जात असला तरी त्याची अभ्यासात फारशी प्रगती नव्हती. तो अभ्यासापेक्षा अवांतर वाचन करीत असे. असेच चालले असता कालानुसार कस्तुरबा नावाच्या एका सुलक्षणी मुलीबरोबर मोहनचे लग्न लागले. मोहन तेव्हा तेरा वर्षांचा होता.

मोहनचे लग्न करून आपण मोठ्या जबाबदारीतून मुक्त झालो, असे कबाजींना वाटले; कारण त्यांची प्रकृती बिघडत चालली होती. अखेर मोहन सोळा वर्षांचा असताना कबाजी निधन पावले.

प्रत्यक्ष निधनसमयी मोहन जवळ नव्हता, त्याचे त्याला विलक्षण दुःख झाले आणि त्याच्या मनाला ही रुखरुख कायमची लागून राहिली.

असे जरी असले तरी जगरहाटी चालूच असते. घडल्या प्रसंगावर काळ पांघरुण घालीत असतो. काळासारखे दुसरे औषध नाही. वडिलांच्या निधनापासून मुळातच कमी

खेळकर असणारा मोहन अधिक पोक्त आणि गंभीर दिसू लागला आणि वागूही लागला.

अहमदाबाद केंद्राला त्याने मॅट्रिकची परीक्षा दिली. पुढे कॉलेजला जावे असे प्रथम त्याला वाटले; पण काही मित्रांनी आणि वडील भावाने मोहनला, त्याने विलायतला जाऊन बॅरिस्टर पदवी घ्यावी, असे सुचविले. या गोष्टीला माताजी पुतळीबाई संमती देईनात. माताजींना मोहन आणि त्याचा भाऊ वरचेवर परवानगी देण्याबाबत आग्रह करू लागले. एकदा मोहन म्हणाला,

''मी इंग्लडला जाऊन बॅरिस्टर होऊन येण्यामध्ये तुझा एवढा विरोध का?''

''काय सांगू बाबा; एकेक ऐकलंय मी!''

''काय ऐकलंस आई तू?''

''श्रीमंतांची मुलं विलायतेला जातात, पैसे उधळतात, मांसाहार करतात, दारू पितात आणि वागण्याला तर ताळतंत्रच राहत नाही.''

''पण आई, मी नाही ना वाईट वागणार.''

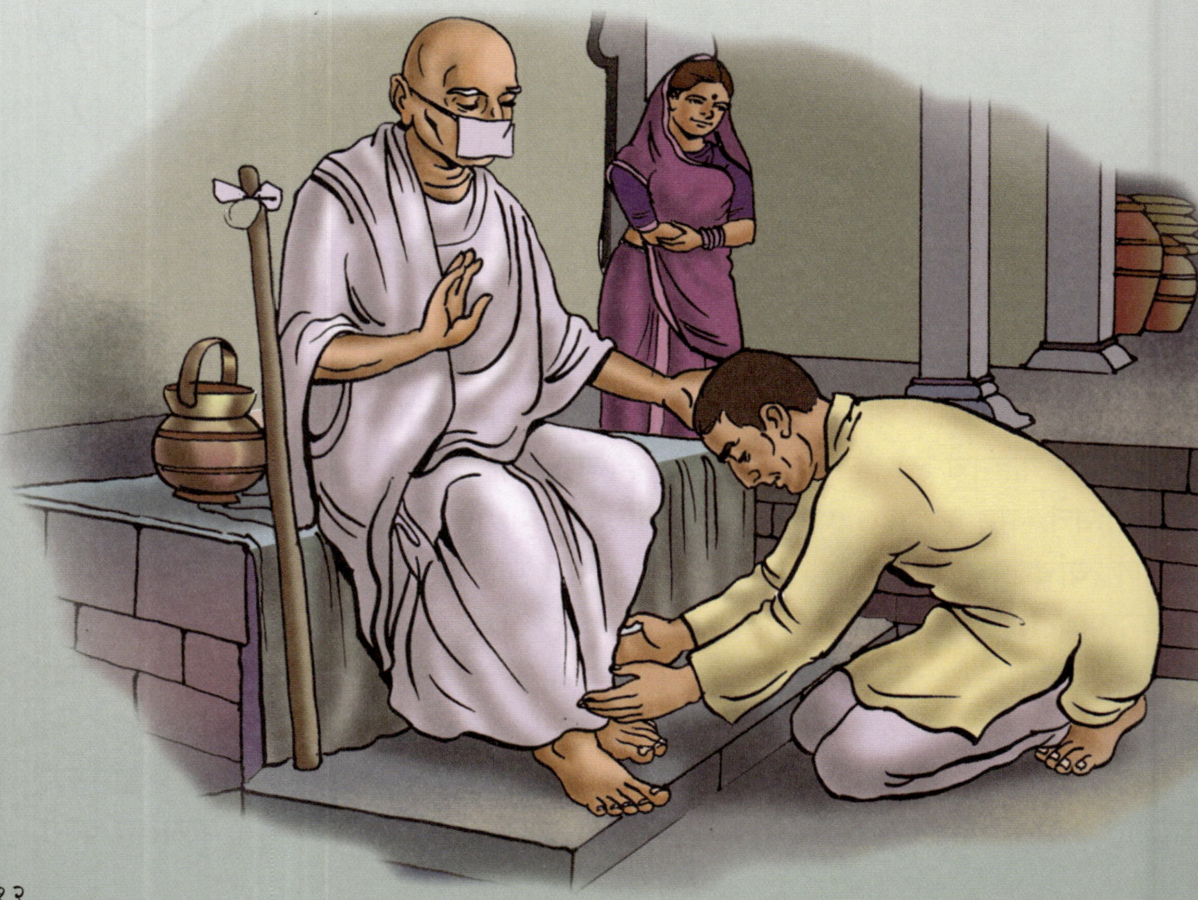

"ते खरं रे; पण मातेचं आतडं तळमळतं. अरे मोठ्यामोठ्यांना मोह आवरला नाही, तिथं तू तर काय, एक सामान्य पोर."

मातापुत्राचे असे बोलणे चालू होते, इतक्यात गांधी कुटुंबाला परिचित असणारे एक जैन साधू महाराज तिथे आले. पुतळीबाईंनी आपली समस्या त्यांना निवेदन केली. ते साधू महाराज म्हणाले,

"मग त्यात काय एवढंसं? त्यानं मला आणि तुम्हाला तसं वचन दिलं म्हणजे झालं."

"साधू महाराज, मी वचन द्यायला एका पायावर तयार आहे."

मोहनने आपल्या मातेला वचन दिले.

— मी मांस खाणार नाही.

— दारू पिणार नाही.

— वाईट वागणार नाही.

अशा रीतीने विलायतला जाण्याची परवानगी मोहनला मिळाली. तो मुंबईला गेला आणि तिथून पुढे आगबोटीने लंडनला गेला. लंडन येथे मोहन पोहचला १८८८ च्या ऑक्टोबर महिन्यात.

मोहन लंडनला पोहोचला. बॅरिस्टरीच्या वर्गात त्याने आपले नाव दाखल केले, मोहनदास करमचंद गांधी. तिथे त्याचे सर्व मित्र त्याला 'मिस्टर गांधी' असे संबोधत.

भारतात आईला दिलेल्या वचनाप्रमाणे काटेकोर वागणे आपल्याला सहज शक्य होईल, असे मोहनला वाटले; पण प्रत्यक्षात अनुभव निराळाच आला. शाकाहारी हॉटेल प्रथम कुठे आढळेना. ते आढळेपर्यंत त्याची उपासमार झाली. ते एकदाचे आढळले. तिथल्या अन्नाला चव नव्हती, तरी मोहनला ते खाणे भाग पडत होते.

त्याचे दोन-तीन मित्र होते. मोहनच्या खाण्याच्या आणि राहण्याच्या पद्धतीबद्दल दोघांना आदर होता; पण एकाला ते बिलकूल पसंत नव्हते. त्याने मोहनची एकदा कानउघाडणी करण्याचे ठरविले. संधी साधून तो मोहनला म्हणाला,

"मि. गांधी, मला तुझ्याशी काही बोलायचंय."

"बोल."

"रागावणार तर नाहीस?"

"त्यात राग कसला? तू माझा मित्र नाहीस का?"

"सभ्य समाजात वागण्याची तुझी लायकी नाही. तू बुद्दू आहेस. अरे, इतर हिंदी मुलं नाही का सुटाबुटात राहत?"

“तुझी इच्छा असेल तर शिवीन मी चांगला सूट.”

“अरे, त्याच्याबरोबर आपल्याला नाचता आलं पाहिजे, फिडल वाजवता आलं पाहिजे आणि गोऱ्या मुला-मुलींत वावरलं पाहिजे. त्यांच्या शिष्टाचाराला आपण साथ दिली पाहिजे.”

मोहनचा मित्र बोलून गेला. मनातली मळमळ व्यक्त करून गेला. तीही प्रामाणिकपणे.

या गोष्टीचा मोहनच्या मनावर परिणाम झाला. नवा सूट, नवे जॅकेट, अर्धा डझन नेकटाय, शर्टाला ताठ कॉलरी अशा थाटात तो राहू लागला; पण या पोशाखात त्याला सुख वाटत नव्हते. बांधले गेल्यासारखा तो झाला होता; पण मित्रासाठी त्याने हे सोसले. आता राहिले फिडल वादन. त्याने फिडलची शिकवणी धरली. इंग्रजी गाणे माईकवर गायले जाई. मोहन त्याला साथ देण्याचा प्रयत्न करी; पण हेही त्याला मनासारखे जमले नाही.

आता राहिले नृत्य. मोहनने नृत्याचे धडे गिरविण्याचा प्रयत्न केला. त्यात थोडी प्रगतीही केली. प्रयत्न करणाऱ्याला काय असाध्य असते? अशा न रमणाऱ्या कृत्रिम 'सभ्य' जीवनपद्धतीत मोहनने एक महिनाभर घालविला. या कामात त्याचा बराच वेळ जाऊ लागला, ही गोष्ट मोहनला खटकली. मोठ्या कष्टाने आपले बंधू आपणास पैसे पाठवीत आहेत आणि आपण केवळ सभ्यतेच्या पोटी ते उधळत आहोत, हे त्याला खटकले. मोहन चिंतनशील झाला. तो स्वत:शी म्हणाला, मी इथे कायद्याचा अभ्यास करण्यास आलो आहे, नाच-ढंग करण्यासाठी नाही.

सभ्यतेची खोटी बिरुदावली त्याने फेकून दिली. तो साधे जीवन जगू लागला. साधा आहार घेऊ लागला आणि पोटभर अभ्यास करू लागला. लंडनमधल्या व्हेजिटेरियन सोसायटीचा तो सभासद झाला. त्यांच्या बैठकीला तो उपस्थित राहू लागला. एकदा त्याची

त्या कमिटीवर नेमणूक झाली. पण तोंड उघडायला त्याला लाज वाटे. अन्य सभासद हसले. त्याचा परिणाम मोहनवर झाला. तो मनात म्हणाला, सर्वांना बोलायला येते, मग मलाच का नाही? मी प्रयत्न करीन आणि बोलून दाखवीन आणि खराच तो त्या क्लबमध्ये सक्रिय भाग घेऊ लागला आणि परिणामकारक वक्तृत्व करू लागला. जून १८९१ मध्ये मोहन बॅरिस्टरची परीक्षा उत्तीर्ण झाला आणि इंग्लडच्या हायकोर्टातील वकिलांमध्ये त्याला स्थान मिळाले.

मोहनला आनंद झाला. त्याने पत्रातून आपला निकाल आपल्या आईला कळविला आणि पुढे लिहिले–

‘माताजी, तुम्हाला दिलेल्या वचनाप्रमाणे वागून मी बॅरिस्टर झालो आहे. लवकरच मी भारतात परत येण्यास निघत आहे. तुमच्या दर्शनासाठी मी अत्यंत उत्सुक आहे.’

इंग्लंड सोडण्याच्या आदल्या दिवशी आपल्या शाकाहारी मंडळाच्या सभासदांना जेवायला बोलावले. म्हणजे बोलणे आलेच आणि हा तर यजमान म्हणजे प्रमुख बोलणारा. त्याने मुद्दे गोळा केले. बोलण्याचा प्रयत्न केला. जमेना. पहिलेच वाक्य वरचेवर म्हटले, पुढचे आठवेना. विनोद करण्याचा प्रयत्न केला, तेही जमेना. पण ती अखेरची निरोपाची सायंकाळ होती. कुणी त्याला हसले नाही. पण बहुतेकांनी गंभीरपणे एक सूचना दिली-

"हे पाहा मि. गांधी, तुम्ही वकील झालात. तुम्हाला खटले चालवावे लागतील, म्हणजे खूप बोलायला हवं, चांगलं मुद्देसूद."

सर्वांचा, त्यांच्या मि. गांधीनी निरोप घेतला आणि बॅरिस्टर झालेले हे आमचे गांधी भारतात येण्यासाठी बोटीत बसले.

येतानाच्या प्रवासात गांधींना भारत दिसत होता, माताजी दिसत होत्या, बंधू दिसत होते आणि मधून मधून ते मनात निश्चय करीत, मी वकील म्हणजे अन्याय दूर करणारा, न्याय देणारा, मग मला चांगले बोलता आलंच पाहिजे, कायद्याची कलमं स्पष्ट करून सांगता आलीच पाहिजेत, नाहीतर मी फ्रेंच आणि लॅटिन कशासाठी शिकलो?

❁❁❁

आपल्या कायद्याचा अभ्यास यशस्वी रीतीने आटोपून गांधी भारतास परत यायला निघाले. त्यांचा प्रवास सुखकर झाला. इंग्लंडमधील शिक्षणाच्या निमित्ताने नवे नवे अनुभव गांधींनी मिळवले. बोट जशी अंतर कापू लागली, तशी माताजींना भेटण्याची त्यांना अनिवार इच्छा झाली; परंतु म्हणतात ना! मनुष्याला एक हवे असते पण नियती त्याच्यापुढे भलतेच काहीतरी वाढून ठेवीत असते. गांधींची बोट भारताच्या किनाऱ्याला लागली. ते मुंबईला उतरले. आपले स्वागत करायला बंधू आपल्या आईला बरोबर घेऊन येतील आणि अतिशय आनंदाने आई आपल्या पाठीवरून हात फिरवील असे त्यांना वाटले; पण यांपैकी काहीच घडले नाही. बंधू आले ते मातेशिवाय आणि गंभीर चेहऱ्याने. गांधींना बंधूंनी कडकडून मिठी मारली. त्यांना हुंदका आवरेना. ते म्हणाले,

"मोहन, आपली आई आपणास सोडून गेली. मधून मधून तू पाठविलेली पत्रे ती प्रेमाने वाचत होती नि जपून ठेवत होती. आपला मुलगा बॅरिस्टर होऊनच परत येणार असे ती सर्वांना सांगत होती. पण ते पाहणे तिच्या नशिबात नव्हते."

गांधींनाही हुंदका आवरला नाही. ते दाटल्या कंठाने आपल्या बंधूंना म्हणाले, "भैया, असा कसा रे मी अभागी? पिताजी गेले तेव्हा मी जवळ नव्हतो आणि माताजी गेल्या, तेव्हा तर मी परदेशात होतो. मी अभ्यास अर्धवट सोडून भारतात परत येईन म्हणून का ही गोष्ट लपवून ठेवलीत तुम्ही?"

"होय मोहन, होय. तू नक्कीच परत येशील असं आईला वाटलं होतं; पण तू बॅरिस्टर होऊन आलास, हे ऐकून खरोखरीच तिच्या आत्म्याला शांती मिळाली असेल."

जड अंतःकरणाने गांधींनी मुंबई सोडली. ते राजकोटला आले. स्वतंत्ररीत्या राजकोटला वकिली सुरू करायची, असे त्यांनी ठरविले. नोंदणी फी भरून त्यांनी वकिलीस प्रारंभ केला; पण त्यांचा फारसा जम बसला नाही.

बॅरिस्टर म्हटला तरी तरुण आणि अननुभवी. केस चालविताना भरपूर तयारी गांधी करीत असत, टिपणे काढीत असत, उलटतपासणी कशी करायची याचा आराखडा बनवीत असत; परंतु प्रत्येक खेपेला केस चालविताना कोणते अनाहूत दडपण त्यांच्या मनावर येत होते कोण जाणे? इतरांना जरी त्यांचे बोलणे थोडक्यात, मुद्देसूद आणि कायद्याला धरून वाटत असले तरी ते आपल्या बोलण्यावर कधीच खूष नव्हते. मग ते

आपल्या मनाची समजूत करून घेत, नवीन आहे मी. हळूहळू येईल पुढे मागे सगळं.

वडील बंधूंच्या सूचनेवरून वकिलीला राजकोटपेक्षा मुंबईत अधिक संधी आहे असे वाटल्यावरून गांधी मुंबईत आले. खोली भाड्याने घेतली आणि आपली प्रॅक्टिस सुरू केली.

असे काही दिवस गेले. गांधी हळूहळू तयार होत चालले. पण एके दिवशी त्यांना त्यांच्या बंधूंची तार आली. तारेमध्ये होते, 'तुला मोठं काम मिळणार आहे, ताबडतोब राजकोटला निघून ये.'

राजकोटात दादा अब्दुल्ला या नावाची एक पार्टी होती. त्यांचा दक्षिण आफ्रिकेत मोठा व्यापार आणि पेढी होती. त्यांची केस गांधींनी आफ्रिकेत जाऊन हाती घ्यावी आणि त्यांना न्याय मिळवून द्यावा, असे त्यांना सुचविण्यात आले.

गांधीनी केसपेपर्स पाहिले. अब्दुल्लांची बाजू संपूर्णपणे न्यायाची आहे, याची त्यांना खात्री पटली.

१८९३ मध्ये गांधींनी आफ्रिकेला प्रयाण केले.

आफ्रिकेला नाताळात जाईपर्यंत गांधींच्या डोक्यात अब्दुल्लांची केस होती. ती कशी मांडावयाची, न्यायाधीशांना कशी पटवायची, याच चिंतनात ते होते. त्यांची बोट नाताळाच्या किनाऱ्याला लागली. त्यांच्या स्वागताला तिथे अब्दुल्ला होतेच. त्यांनी गांधींच्या राहण्याची व्यवस्था अगदी उत्तम केली होती. अवघ्या चार-आठ दिवसांतच गांधींना असे समजून आले की, हिंदी लोकांना दक्षिण आफ्रिकेत अत्यंत वाईट वागणूक मिळत आहे.

असेच गांधी एकदा प्रिटोरियास जाण्यासाठी म्हणून त्यांनी पहिल्या वर्गाचे तिकीट काढले आणि ते डब्यात आपल्या जागी जाऊन बसले. गाडी सुटण्याची वेळ झाली होती. दहा मिनिटांतच एक गोरा इसम त्याच्या डब्यात चढला. तो गांधीना पाहून म्हणाला,

"अरे, तू काला आदमी. या डब्यात कसा?"

"मी पहिल्या वर्गाचे तिकीट काढले आहे आणि मी अगदी माझ्या जाग्याला येऊन बसलो आहे."

“या डब्यात काळा माणूस बसू शकत नाही. जा घेऊन तुझे बॅग-बॅगेज आणि माझ्यासाठी जागा खाली कर.”

“ते कदापि शक्य नाही. मी कायद्याला धरून आहे. मी काही तुमच्या जागेवर बसलो नाही.”

“कायदा गेला खड्ड्यात. थांब, मी गार्डालाच बोलावून आणतो, म्हणजे तुला समजेल तुझा कायदा.”

गांधी आणि तो गोरा माणूस यांची चाललेली हुज्जत बघायला तिथे चार माणसे जमा झाली. त्यात काही गोरे होते, काही काळे होते. गोरे गोऱ्यांची बाजू घेतच होते. काळ्यांना वाटलं, कशाला हा आपला इंडियन माणूस त्या गोऱ्यांशी वितंडवाद घालीत आहे? त्याचा काही उपयोग होणार नाही, कारण कोळसा जेवढा उगाळावा तेवढा काळाच.

वाढती गर्दी पाहून तिथे गार्ड आला. गांधींच्या डब्यात तो चढला. त्याने गांधींना प्रथम वर्गाचे तिकीट असले तरी ती जागा गोऱ्याला खाली करून द्यावी, अशी प्रथम विनंती केली. पण गांधी कसले मानायला? त्या गार्डाने गांधीची बॅग, होल्डॉल प्लॅटफॉर्मवर फेकून दिले. गांधींनाही खाली फेकले. इतक्यात तिथे दोन पोलीस आले. त्यांनीही गांधींनाच दोष दिला. आगगाडी निघून गेली. ती थंडी रात्र प्लॅटफॉर्मवर गांधींना कुडकुडत काढावी लागली.

तसा हा लहानसा प्रसंग; पण गांधीच्या मनावर विलक्षण परिणाम करून गेला. कसला गोरा आणि कसला काळा, आत सारे रक्त तांबडेच. इथल्या भारतीयांनी या गोऱ्यांच्या अन्यायाविरुद्ध झगडणे आवश्यक आहे, असे गांधींना वाटले. आपल्या वकिलीच्या कामाबरोबरच याही गोष्टीचा ते विचार करू लागले.

काही दिवस गेले. आपल्या कामकाजात गांधी मग्न होऊन गेले होते. अब्दुल्लांचा खटला त्यांनी मोठ्या चतुराईने मिटविला होता. दोन्हीही पक्षांना ही तडजोड सन्माननीय वाटली. कोर्टाची पायरी चढल्यावर किती वेळ जाईल आणि वकिलांना किती पैसा द्यावा लागेल, त्याला अंत नव्हता. तेथील आणखी काही वकिलांना खटले असेच आपापसात मिटविण्याची प्रेरणा गांधींच्यापासून मिळाली.

असेच गांधींना एकदा जोहान्सबर्गला जायचे होते. त्यांनी घोडागाडीचे तिकीट काढले आणि घोडागाडीत बसले. काही वेळाने काही गोरे लोक त्या घोडागाडीत बसायला आले. ते कोचमनला म्हणाले,

''हा काळा माणूस तू आत कसा घेतलास?''

"समजा तुम्ही आला नसता आणि मला दोन काळेच प्रवासी मिळाले असते तर?"

"ते तुझे शहाणपण ठेव बाजूला. या काळ्याला आधी खाली उतरव."

हातघाईवर प्रसंग येऊ नये म्हणून गांधी घोडागाडीतून कोचमनजवळ जाऊन बसले. तिथे बसण्यालाही गोऱ्यांनी हरकत घेतली. मागील फळीवरही गांधींना बसू द्यायला ती माणसे तयार नव्हती. अखेर कोचमन बसतो त्याच्याखाली उघड्या पेटीत, घोड्याची चंदी ठेवतात त्या चंदीवर बसून गांधींना प्रवास करावा लागला.

हा प्रसंग तर गांधींच्या अगदी मनाला जाऊन भिडला. जसे जसे कटू अनुभव ते घेत होते, तसे तसे कुठून तरी आतून त्यांचे आत्मबळ झगडण्यासाठी वाढत आहे, असे त्यांना वाटले.

याच्यावर त्यांना एक उपाय सुचला. काळ्यांची संघटना केली पाहिजे, त्यांना त्यांचे हक्क समजावून सांगितले पाहिजेत. एकेकटा कुणी झगडू शकणार नाही. संघटना झगडू शकते. अशी संघटना तयार करण्याचा त्यांनी संकल्प सोडला.

अशा प्रकारे तीन वर्षे गांधी आफ्रिकेत राहिले. १८९६ मध्ये ते भारतात परत आले.

❁❁❁

भारतात परत आल्यावर गांधी काही स्वस्थ बसले नाहीत. त्यांनी वकिलीचा अभ्यास सुरू केला होता; पण पुस्तकी कायद्याचे ते चाहते नव्हते. परमेश्वराचा कायदा त्यांना मान्य होता आणि तो कायदा समतेवर, मानवतेवर आधारलेला आहे, अशी त्यांची श्रद्धा होती. निरनिराळ्या वर्तमानपत्रांतून हिंदी लोकांच्यावर आफ्रिकेत होणारा अन्याय त्यांनी चव्हाट्यावर आणला. भारतातील 'टाईम्स ऑफ इंडिया' सारखी इंग्रजी वृत्तपत्रे दक्षिण आफ्रिकेतील गोरे लोक चविष्टपणे वाचत असत. हा हिंदी काळा माणूस आपली बदनामी करीत आहे आणि त्याचे पडसाद इंग्लंडमध्ये उमटत आहेत, हे त्या गोऱ्यांना असह्य होत होते; पण बिचारे करणार काय? गांधी पडले भारतात आणि गोऱ्यांचे चरफडणे राहिले आफ्रिकेत.

अशाच आणखी काही निमित्ताने गांधींना परत आफ्रिकेत जाणे भाग पडले आणि ही बातमी इंग्लिश वृत्तपत्रांतून त्या गोऱ्यांना समजली. गांधींच्या आगमनाची तारीख आणि वेळ त्यांनी हेरली आणि ज्या बंदरात गांधी उतरणार होते तिथे ते बसले. या प्रवासात गांधींच्याबरोबर त्यांची पत्नी कस्तुरबा आणि दोन मुलगे होते.

गांधींची बोट दरबानच्या किनाऱ्याला लागली. बोटीवर अन्य आठशे हिंदी लोक होते. त्यांची बोट बंदरात जमलेल्या गोऱ्या गुंडांनी किनाऱ्यावर येऊ दिली नाही. त्या बोटीवर गांधींना दोन-अडीच आठवडे राहावे लागले. बोटीचे मालक शेठ अब्दुला विरोधाला न जुमानता बोट बंदराला लावण्याचे ठरविले. प्रथम गांधींनी अंधार पडल्यानंतर बोटीतून उतरून निघून जावे, असे त्यांना सुचविण्यात आले; परंतु गांधींना हे अजिबात आवडले नाही.

इतरांच्याबरोबरच ते बोटीतून उतरले. बंदरातून बाहेर येऊन ते चालू लागताच काही पोरांनी दगडफेक केली, तरी गांधी चालतच राहिले. पुढे त्यांना काही गुंडांनी गाठले आणि त्यांच्यावर हल्ला केला. एकाने त्यांना जबरदस्त ठोसा लगावला. गांधीना भोवळ आली आणि ते एका घराजवळ दाराला टेकून बसले.

आपल्या घराजवळ कसला दंगा चाललाय हे पाहण्यासाठी त्या घराची मालकीण दार उघडून बाहेर आली, तर जखमी अवस्थेत तिथे पडलेले गांधी तिला दिसले. ती गांधींना

चांगले ओळखत होती. समोरच्या गुंडांच्याकडे पाहून ती त्यांना म्हणाली,

"भ्याड लेकाचे! एकट्याला गाठून सगळे मिळून मारता? मी पोलिस अधिकाऱ्याची पत्नी आहे. थांबा एकेकाला पाहून घेते."

पोलिस अधिकाऱ्याची पत्नी आहे, हे ऐकताच ते गुंड पार पळून गेले. गांधींना घरी नेऊन तिने त्यांची प्राथमिक शुश्रूषा केली. थोडी कॉफी देऊन तिने त्यांना सुरक्षितपणे पाठविले. पाठविताना ती त्यांना म्हणाली,

"मिस्टर गांधी, तुम्हाला जर या गुडांच्यांवर कायदेशीर कारवाई करायची असेल, तर मी तुम्हाला मदत करू शकेन."

"मला काही कारवाई करायची नाही."

"का बरं?"

"या गुंडांच्यापेक्षा त्यांच्या पाठीमागे त्यांना चिथवणी देणारे जे महाभाग आहेत तेच खरे अपराधी आहेत. पोटार्थी गुंडांना शिक्षा करून प्रश्न सुटणार नाही, उलट तो अधिक गुंतागुंतीचा होण्याची शक्यता आहे."

आफ्रिकेतील एकूण परिस्थितीची कल्पना गांधींना आली. परिस्थिती सुधारण्यासाठी काय करणे आवश्यक आहे, यावर ते सतत विचार करू लागले.

१९०६ साल असेल. ट्रान्सवाल सरकारने हिंदी लोकांकरिता एक कायदा पास केला. हिंदी पुरुष, बायका, मुले या सर्वांनी आपले नाव, वय आणि हाताचे ठसे देऊन सरकारात

नोंदणी करायला हवी आणि या कायद्याचा जो कोणी भंग करील त्याला तीन वर्षे सक्तमजुरी आणि तीन हजार रुपये दंड करण्याची तरतूद केली.

या कायद्यामुळे सर्व हिंदी लोक चिडले, पण करतात काय? त्यातल्या काहींनी गांधींच्याबरोबर विचारविनिमय केला. गांधीही या कायद्याने अस्वस्थ झाले. विशेषतः हाताच्या बोटांचे ठसे घेणे, ही गोष्ट त्यांना अपमानास्पद वाटली. असे जे कुणी करणार नाहीत त्यांना हद्दपार केले जाई. गांधींनी जाहीर केले की, या काळ्या कायद्याविरुद्ध आम्ही लढा पुकारू; पण तो सत्याग्रह पद्धतीने, अहिंसक मार्गाने, त्यांनी हिंदी लोकांना विश्वासात घेऊन सांगितले की, याविरुद्ध एकट्यादुकट्याने झगडल्यास त्यात आपल्याला यश येणार नाही. लढा संघटित द्यायला हवा.

गांधींच्या जीवनातला सत्याग्रहाचा हा पहिलावहिला लढा इथे सुरू झाला. ट्रान्सवालच्या शासनालासुद्धा हा लढा म्हणजे एक पोरकटपणाच वाटला. लाठी हल्ला, दडपशाही वगैरे पुष्कळ प्रकार झाले. अखेर त्यात गांधीना त्यांच्या तडजोडीच्या स्वभावामुळे पन्नास टक्के यश मिळाले. शासनाने या नोंदणी कायद्याची सक्ती मागे घेतली; परंतु हिंदी लोकांनी स्वयंप्रेरणेने नोंदणी करावी, असे ठरले.

गांधी नोंदणी करायला कचेरीकडे चालले; परंतु गांधींना कुणी समजू शकले नाही. गांधींची ही यशस्वी माघार होय, असाच अर्थ सगळ्यांनी केला.

मीर आलम नावाच्या पठाणाने गांधींवर हल्ला केला. गांधी बेशुद्ध झाले. ते शुद्धीवर आले, तेव्हा आपण एका सभ्य इंग्लिश माणसाच्या घरात आहोत, असे त्यांना आढळले. तो इंग्लिश माणूस गांधीना म्हणाला,

"मी सांगतो तसं तुम्ही करा."

"म्हणजे मी काय करू?"

"दोन साक्षीदार उभे करा. ज्याने तुम्हाला मारले त्याच्यावर खटला भरा, म्हणजे सरकार त्याला शासन करील."

"नाही. मी तसं करणार नाही. माझं भांडण मीर आलमविरुद्ध नाही. ते शासनाच्या काळ्या कायद्याविरुद्ध आहे. केव्हा तरी मीर आलमला मी समजावून सांगेन आणि तो पश्चात्ताप व्यक्त करील."

असेच काही दिवस निघून गेले. शासनाने काळ्या लोकांवर एक जबरदस्त कर बसविला. त्या कराच्या अन्यायाविरुद्ध गांधींनी पुन्हा सत्याग्रह करण्याचे ठरविले. त्यांनी एक शेकोटी तयार केली आणि त्यामध्ये शासनाकडून नोंदणी करून आलेली सर्व कार्डे

निषेध म्हणून जाळून टाकण्यात आली. गांधींच्या सत्याग्रहाला जोर चढत होता. त्यांचे आत्मबळ वाढत होते. एक सत्याग्रही या नात्याने त्यांनी आपल्या पोशाखात बदल केला. कमरेभोवती गुंडाळलेली एक धोती, अंगात एक लांब पांढरा सदरा, गळ्यात बेताचेच सामान मावेल एवढी एक पिशवी, हातात काठी. ते हिंदी वस्त्यांमध्ये हिंडू-फिरू लागले. प्रचाराच्या सभा घेऊ लागले. लोकांच्या मनात अन्यायाचा प्रतिकार करण्याची इच्छा वाढू लागली. सुरुवातीला गांधींच्या या हालचालींवर शासनाची तितकीशी कठोर नजर नव्हती; पण आता शासनाला कळून चुकले की, कुठेतरी या गोष्टीचा सोक्षमोक्ष व्हायला हवा. गांधी पकडले जात, शिक्षा भोगून किंवा कायद्याने निर्दोष ठरून ते बाहेर येत. पुन्हा शासन काहीतरी निमित्त करून त्याना तुरुंगांत डांबत असे.

या लढ्यामध्ये पुष्कळसे सत्याग्रही जखमी होत. त्यांच्या कुटुंबीयांचे आर्थिक दृष्टीने हाल होत. यावर उपाय म्हणून गांधीनी तिथे एक जमीन विकत घेतली. त्या जमिनीवर एक साधीसुधी आश्रम पद्धतीची इमारत बांधली. त्याला त्यांनी 'फिनिक्स आश्रम' असे नाव दिले. त्या आश्रमातच गांधी राहत. निराधार हिंदी कुटुंबे तिथे येत. त्यांना गांधी स्वावलंबनाचे शिक्षण देत, शेती करायला लावीत, भाजीपाल्यांचा मळा फुलवायला लावत. सत्याग्रहींना धीर द्यावा, अशा तऱ्हेने वागायला ते सत्याग्रहींच्या कुटुंबीयांना सांगत.

आश्रमात भाजीपाला निवडणे, धान्य निवडणे अशी कामे गांधी व कस्तुरबा करीत असताना कस्तुरबा गांधींना म्हणाल्या,

"माझी एक विनंती ऐकाल का?"

"अवश्य, काय हवंय तुला?"

"सारखा सारखा तुम्हीच सत्याग्रह करता, आम्हा बायकांना मुळी संधीच देत नाही."

"मग तुला करायचा आहे का सत्याग्रह?"

"होय, म्हणून तर विचारते मी."

अन्य सत्याग्रह्यांबरोबर कस्तुरबांनी सत्याग्रहात भाग घेऊन आपण गांधींची पत्नी शोभून दिसतो, हे सिद्ध करून दाखवले.

पण पुढे तुरुंगात त्यांची एकाएकी प्रकृती बिघडली आणि त्यांना सोडून देण्यात आले. आजारी कस्तुरबांची शुश्रूषा गांधींनी एखाद्या नर्सलाही लाजवील अशी केली.

गांधी एकदा म्हणाले,

"डॉक्टरनी तुला मीठ व डाळ सोडायला सांगितले आहे."

''पण ते कसं शक्य आहे? मीठ व डाळीवाचून मनुष्य जगूच शकणार नाही.''

''असं म्हणून कसं चालेल. प्रकृतीसाठी सोडायचं म्हणजे सोडायचं.''

''अहो, तुम्हाला तरी ते शक्य आहे का?''

''हो!'' असे म्हणत कस्तुबांच्याकरिता गांधींनी मीठ आणि डाळ वर्षभर वर्ज्य केले. कस्तुरबांना पुढे बरे वाटले.

अहिंसक लढ्याचा एक आदर्श आफ्रिकन लोकांपुढे ठेवून १९१५च्या सुमारास गांधी भारतात परत आले.

❁❁❁

१९१५ सालपर्यंत गांधीजी आफ्रिकेत राहिले. तिथल्या चळवळीला त्यांनी व्यवस्थित स्वरूप दिले. आपल्या हक्कांसाठी लढण्याला लोकांच्यात धैर्य निर्माण केले. तेथील हिंदू आणि मुसलमान एकदिलाने गोऱ्या दक्षिण आफ्रिकन सरकार विरुद्ध लढा देऊ लागले.

आता आपण मायदेशी जावे, असे गांधीजींना वाटले. जणू त्यांना आपल्या मायदेशाची ओढ लागून राहिली. मोठ्या जड मनाने त्यांनी आफ्रिकेचा आणि आफ्रिकेतील आपल्या मित्रांचा निरोप घेतला.

गांधीजी भारतात येऊन पोहोचले. ते मुंबईला आले. गांधीजी जे आले ते प्रचंड मनोबल कमावून आणि सत्याग्रहाचे एक जबरदस्त अस्त्र हाती घेऊन. मुंबईहून वकिली करण्याच्या इराद्याने ते अहमदाबादेस आले. साबरमती नदीच्या सुरम्य काठी त्यांनी एका आश्रमाची स्थापना केली. त्या आश्रमात आपल्या जोडीला काही शिकाऊ गरजू मंडळींना आधार दिला होता. आश्रमातूनच गांधीजी कोर्टात खटला चालविण्यास जात असत.

अशाच एका खटल्याच्या निमित्ताने सुटाबुटातले एक गुजराथी वकील त्यांना भेटायला आले. त्यांनी गांधाजींना ज्या स्वरूपात पाहिले, त्यामुळे त्यांना आश्चर्याचा धक्काच बसला. रसोयाच्या साध्या पोशाखात गांधीजी आश्रमातल्या स्वयंपाकघरात केर काढीत होते. त्या वकिलांना गांधीजींनी स्वयंपाकघरातच बसायला एक पाट दिला. तांदूळ निवडता निवडता गांधीजी त्यांना म्हणाले,

''बोला, काय काम काढलंय?''

आश्चर्याच्या धक्क्याने वकील आपले काम विसरूनच गेले. ते म्हणाले,

''गांधीजी, हे काय चाललंय?''

“काही नाही. मी माझ्या या आश्रमाला घर मानतो. डाळ निवडणे, स्वयंपाक करणे, भांडी घासणे इत्यादी कामे करतो. डाळ निवडून झाली, तांदूळ निवडून झाले की ते भात करायच्या पातेल्यात मी टाकणार.”

“तर मग मला द्या ना एखादं काम.”

“देतो ना.” असे म्हणत कोथिंबिरीची एक पेंडी त्यांनी त्यांच्या पुढे निवडायला टाकली. मग दोघात काही थोडीशी गंभीर चर्चा झाली. गांधीजींच्या एका वाक्यावर त्या वकिलाचे लक्ष वेधले गेले होते. ते वाक्य म्हणजे, ‘देशाचे नेतृत्व करणाऱ्या माणसाला सारी कामं– अंगमेहनतीचीसुद्धा– पवित्र वाटली पाहिजेत.’

वकील महाशय निघून गेले. त्यांनी गांधीजींची ही ‘गोष्ट’ अन्य वकिलांना सांगितली आणि मग वकील मंडळींकडून गांधीजी एक विक्षिप्त वकील आहेत अशा स्वरूपाची टीका होऊ लागली. त्या टीकाकारात श्री. वल्लभभाई पटेल या नावाचा एक वकील होता. त्याच्यापुढे अकस्मात गांधीजी दत्त म्हणून उभे राहिले. वल्लभभाईंची खात्री पटली की, गांधीजी हा माणूस विक्षिप्त नाही, बावळट नाही तर तो एक जीवनवादी धीट महापुरुष आहे. त्याच्या जगण्याच्या पद्धतीमध्ये मानवी कल्याणाचे एक तत्त्वज्ञान आहे.

दोघांच्या चर्चेसाठी वरचेवर बैठकी होऊ लागल्या आणि वल्लभभाई पटेलांनी गांधीजींचे अनुयायित्व पत्करले. याच वल्लभभाई पटेलांना गांधीजींनी पुढे ‘सरदार’ अशी पदवी दिली.

वकिलीबरोबर गांधीजी आपला जनता-संपर्क वाढवत होते. ब्रिटिश राजवटीखाली दडपल्या गेलेल्या जनतेमध्ये ते आशा निर्माण करत होते. शस्त्रबलावर नव्हे, तर आत्मबलावर आपण ब्रिटिशांना भारताबाहेर घालवून स्वातंत्र्य मिळवू शकू, अशी उमेद ते निर्माण करीत होते. असेच एके दिवशी गांधीजींचे पत्रलेखन चालू होते. इतक्यात त्यांना भेटण्यासाठी कस्तुरबा आल्या. त्या म्हणाल्या,

“आपणास कुणी तरी भेटण्यास आले आहे.”

“नाव आणि काम विचारून या. तसे कुणी महत्त्वाचे असेल, तर पाच मिनिटे बसायला सांगा, तोपर्यंत मी पत्र संपवतो.”

कस्तुरबा नाव आणि काम विचारण्यासाठी बाहेर गेल्या. त्यांनी त्या व्यक्तीला पाच

मिनिटे थांबण्यास सांगितले. ती व्यक्ती उत्तरली,

''पाचच मिनिटं काय, पण मी अर्धा तासमुद्धा थांबायला तयार आहे.''

कस्तुरबा लगेच निराप घेऊन आल्या. पाहुण्यांचे नाव मदनमोहन मालवीयजी आहे आणि काम खासगी आहे, हे समजताच गांधीजींनी पत्र तसेच अर्धे ठेवले आणि लगबगीने बाहेरच्या खोलीत मालवीयजींना भेटायला ते आले.

मालवीयजींच्या धार्मिक, शैक्षणिक व सामाजिक कामगिरीबद्दल गांधीजींना अपार आदर होता आणि गांधीजींच्या आफ्रिकेतील कर्तृत्वाबद्दल मालवीयजींना खूप अभिमान वाटत होता. गांधीजी मालवीयजींना म्हणाले,

''आपल्याला थोडं थांबावं लागलं, याचं वाईट वाटतं.''

''छे, छे! उलट मीच तुमच्या कामात व्यत्यय आणला.''

''असू द्या. बोला तुमचं काम.''

''खूप खटपटीअंती बनारस हिंदू विद्यापीठाची योजना आकार घेत आहे. त्याच्या प्रतिष्ठापनेच्या समारंभाला आपण यावं, असं आमंत्रण देण्यासाठी मी आलो आहे.''

"मालवीयजी, तुम्ही बोलवावं आणि मी येऊ नये हे बरं नव्हे; पण माझं भाषण अन्य निमंत्रितांना आणि तुमच्या विद्यार्थ्यांना आवडेल का? कारण मी थोडा फटकळ आणि स्पष्ट बोलणारा माणूस आहे."

"गांधीजी, तुम्हाला बोलवावं असा विद्यार्थ्यांचाच आग्रह आहे."

गांधीजींनी फार आढेवेढे घेतले नाहीत. त्यांनी जाण्याचे ठरविले.

समारंभाचा दिवस उजाडला. दिल्लीचे व्हाईसरॉय आणि बनारस हिंदू विद्यापीठाला वारेमाप देणग्या देणारे असंख्य धनिक व संस्थानिक मोठ्या थाटामाटात तिथे उपस्थित झाले होते; परंतु विद्यार्थ्यांचे लक्ष होते– आपला आवडता पुढारी महात्मा गांधी यांचे आगमन कधी होणार? गांधीजी अगदी वेळेवर आले. अगदी साध्या वेशात. अत्यंत आदरपूर्वक मालवीयजींनी त्यांचे स्वागत करून व्हाईसरॉयच्या रांगेत चौथ्या खुर्चीवर बसविले. कार्यक्रम सुरू झाला. प्रतिष्ठापनेची फरशी बसवून बनारस हिंदू विद्यापीठाची स्थापना झाल्याची घोषणा व्हाईसरॉयने केली. गांधीजींना भाषण करण्याची विनंती मालवीयजींनी केली. साध्या गुजराथी पोशाखात आलेले गांधीजी बोलण्यास उभे राहिले. त्यांच्या पोशाखाने सर्वच श्रोत्यांत एक प्रकारचे कुतूहल निर्माण झाले. आता गांधीजी काय

बोलणार याकडे सर्वांचे लक्ष लागून राहिले. गांधीजींनी बोलण्यास प्रारंभ केला. ते म्हणाले,

''बंधू भगिनींनो, बनारस हिंदू विद्यापीठाच्या निमित्ताने एका राष्ट्रीय विद्यापीठाची स्थापना आज आपल्या देशात होत आहे, ही आनंदाची आणि अभिमानाची गोष्ट आहे. पण मोठ्या शरमेची गोष्ट आहे की माझ्याच देशवासीयांच्यापुढे मला इंग्रजीसारख्या परक्या भाषेत बोलावं लागत आहे.''

विद्यार्थिवर्गाने टाळ्या पिटल्या; परंतु हे विधान बड्या लोकांना धक्कादायक वाटले. सर्व जण ठाकठीक बसून लक्षपूर्वक गांधीजींचे पुढील भाषण जिवाचे कान करून ऐकू लागले. गांधीजी संस्थानिकांकडे आणि त्यांच्या शेजारच्या धनिकांकडे रोखून पाहून म्हणाले,

''आपण थाटामाटात दागदागिन्यांचे, उंची पोषाखाचं प्रदर्शन करता आणि देशाच्या गरिबीबद्दल बोलता; परंतु या संपत्तीचे मालक तुम्ही नसून तुम्ही विश्वस्त आहात. तेव्हा संपत्तीची उधळपट्टी हे पाप आहे, हे लक्षात ठेवा.''

धीट विद्यार्थ्यांनी टाळ्या वाजविल्या. संस्थानिक व त्यांच्यासारखे श्रीमंत खजिल झाले. अन्य श्रोत्यांकडे पाहून गांधीजी म्हणाले,

''आपल्या भारताला वकिलांकडून, डॉक्टरांकडून, इंजिनिअरांकडून किंवा श्रीमंता-कडून स्वातंत्र्य मिळणार नाही, तर ते शेतकऱ्यांकडून, कारागिरांकडून, कामगारांकडूनच मिळेल!''

टाळ्यांचा प्रचंड कडकडाट झाला. या विधानाने समारंभाच्या संचालकांसह प्रतिष्ठित निमंत्रित हादरून गेले होते. शेवटी विद्यार्थ्यांकडे पाहून गांधीजी म्हणाले,

''मी फक्त ईश्वरालाच भितो, म्हणून खरं बोलण्यासाठी मला राजांना, महाराजांना, व्हाईसरॉयना किंवा प्रत्यक्ष जॉर्ज बादशहांनासुद्धा भिण्याचं कारण नाही.''

सभेत एक प्रकारचे भीतीदायक गांभीर्य पसरले. गांधीजी आपल्या बोलण्याच्या विचाराच्या तंद्रीतच होते. आपले भाषण पुढे चालू ठेवून त्यांनी समारोप केला.

''भारताच्या स्वातंत्र्यासाठी इंग्रजांना प्रसंगी 'चालते व्हा' म्हणायची जरूरी मला वाटली तरीसुद्धा त्यांना तसं सांगताना मला मुळीच संकोच वाटणार नाही, आणि तसं करताना जर मला मृत्यू आला तर माझ्या जिवाचं सोनं झालं असं मी समजेन.''

गांधीजींचे भाषण संपले. विद्यार्थीवर्गाने त्याला प्रचंड प्रतिसाद दिला. मालवीयजींनासुद्धा ते भाषण मनापासून आवडले; पण अशा मंगल प्रसंगी गांधीजीनी हे

विचार व्यक्त केले नसते आणि त्यांनी त्यासाठी स्वतंत्र व्यासपीठाचा उपयोग केला असता तर बरे झाले असते, असे त्यांना वाटले.

गांधीजी परत जायला निघाले. एकटे मालवीयजी आणि बहुसंख्येने तरुण बंडखोर विद्यार्थी त्यांना निरोप द्यायला उपस्थित होते.

भारतात आल्यापासूनचे हे गांधीजींचे पहिले राजकीय भाषण. या भाषणाने त्यांना भारतभरच नव्हे तर इंग्लंडमध्येसुद्धा प्रसिद्धी मिळाली आणि राज्यकर्त्यांचा गांधीजी म्हणजे एक कुतूहलाचा विषय बनला. एकूण भारतीय जनतेला गांधीजी म्हणजे एक आपला वाली असे वाटले आणि टिळकांच्या नंतर कोण? तर गांधीजी, असेच उत्तर लोक देऊ लागले.

गांधीजींनी आपल्या आश्रमात हरिजनांना प्रवेश दिला. लक्ष्मी नावाच्या एका हरिजन मुलीला त्यांनी आपली मुलगीच मानली. गांधीजींच्या या कृतीमुळे सनातनी हिंदूंच्या तळपायाची आग मस्तकाला गेली. त्यांनी आश्रमाला मदत देणे बंद केले. गांधीजींनी

पैशाअभावी आश्रम बंद करण्याचा निर्णय घेतला; परंतु त्याच दिवशी एक भला धनिक माणूस आश्रमासमोर आपल्या गाडीतून आला आणि त्याने गांधीजींना तेरा हजारांची उदार देणगी दिली आणि आश्रम चालू राहिला.

बिहारमध्ये युरोपियन मालक शेतकऱ्यांवर नीळ पिकविण्याची सक्ती करत होते, जुलूम करीत होते. त्यांनी गांधीजींना मदतीची हाक दिली. गांधीजी आले. त्यांनी सत्याग्रह केला. इंग्रज बागायतदारांनी कलेक्टरकडे धाव घेतली. गांधीजींना चंपारण्य जिल्हा सोडून जाण्यास सांगण्यात आले. गांधीजींनी नकार देताच त्यांना अटक झाली. गांधीजींनी तुरुंगात जाण्याची तयारी दाखविली. त्यांचा खटला स्थगित ठेवण्यात आला. गांधीजींच्यावरील भारतातला हा पहिला खटला होय. त्याने त्यांना भारतातच नव्हे तर भारताबाहेरही कीर्ती मिळवून दिली. लोकांना धीर आला की, राज्यकर्त्यांच्या जुलमाविरुद्ध आपणास कुणीतरी वाली आहे.

गांधीजींनी भारतभर प्रवास करण्याचे ठरविले. ठिकठिकाणी त्यांना गरीब लोक अत्यंत दारिद्र्यात जीवन घालवीत आहेत, असे दिसून आले.

असेच एका गावी गांधीजी आले असताना, एक बाई अत्यंत घाणेरड्या पोषाखात नदीला पाणी आणण्यासाठी गेलेली त्यांना दिसली. गांधीजींना त्या बाईचा राग आला. त्यांनी कस्तुरबांना सांगितले की, ती बाई आता नदीवरून पाण्याची घागर घेऊन आपल्या झोपडीत जाईल. तिथे तुम्ही जा आणि स्वच्छतेची गरज तिला समजावून सांगा.

कस्तुरबा त्या बाईच्या झोपडीत गेल्या. मोठ्या प्रेमाने आणि आदराने तिथे त्यांचे स्वागत झाले. मग हळूच कस्तुरबांनी त्या बाईपुढे स्वच्छतेचा प्रश्न काढला. कस्तुरबा समजावून सांगू लागल्या. त्यांना मध्येच अडवून ती बाई म्हणाली,

''बहेनजी, तुमचं म्हणणं मला पटतं.''

''मग असं घाणेरडं वस्त्र नेसून तू का बरं घराबाहेर पडतेस?''

''कारण उघड आहे.''

''मग सांगा ना.''

''नेसायला दुसरं वस्त्र असेल तर पहिलं बदलायचं!''

''म्हणजे?''

''घरात आम्ही बहिणी दोन. दोघीत वस्त्र एक. जिला कामाला बाहेर जायचं तिनं ते वस्त्र नेसायचं. मग ते धुताही येत नाही आणि वाळवताही येत नाही.''

कस्तुरबांच्या डोळ्यांत पाणी आलं. त्या परत आल्या. आपल्याजवळच्या दोन साड्या

त्यांनी त्या दोन भगिनींना दिल्या.

डोळ्यांत पाणी आणून दाटल्या कंठाने त्यांनी गांधीजींना त्या गरिबांची कहाणी सांगितली.

गांधीजींच्या डोक्यात लख्ख प्रकाश पडला. ते कस्तुरबांना म्हणाले,

''बा, आता माझं ठरलं.''

''काय ठरलं?''

''आपल्या देशामध्ये कोट्यवधी लोक अर्धनग्न अवस्थेत राहत आहेत, तोपर्यंत इतरांच्या मानाने साध्या पोषाखात जरी मी राहत असलो, तरी याहूनही अधिक साध्या वेषात राहण्याचं मी ठरवलं आहे. आजपासून मी टोपी वापरणार नाही. अंगात सदरा घालणार नाही. आणि धोतराचा त्याग करून खादीचा पंचा नेसेन.''

''तुमचं एक झालं; पण इतरांचं काय?''

''मी त्यांच्यात प्रचार करणार, साधे राहा.''

देशभर गांधीजी फिरत होते. त्यांच्या प्रचार सभा होत होत्या. त्यांना एके ठिकाणी आढळून आले की, कामगारांवर गिरणीमालक जुलूम करीत आहेत. त्यांनी गिरणीमालकांना वस्तुस्थिती पटवून सांगितली. गिरणीमालकांना ते पटले. कामगार आणि गिरणीमालक यांच्यात त्यांनी सन्माननीय तडजोड घडवून आणली

ब्रिटिशांकडून गांधीजींना भारताचे स्वातंत्र्य मिळवावयाचे होते, तरी ज्या ज्या वेळी ब्रिटिश लोक अडचणीत सापडले होते, तेव्हा गांधीजींनी त्यांना मदत केली होती. आफ्रिकेतले बोअर युद्ध काय किंवा पहिले महायुद्ध काय, ब्रिटिशांना मदत करण्याची गांधीजींची भूमिका होती.

१९१९चा एप्रिल असेल. ब्रिटिशांच्या नोकरशाहीमार्फत होणाऱ्या दडपशाहीचा निषेध करण्यासाठी भारतभर एक दिवसाचा बंद त्यांनी घडवून आणला. या कामी त्यांना विलक्षण यश मिळाले. हिंदू आणि मुसलमान यांना एकत्र मिरवणुका त्या दिवशी काढाव्या लागल्या. हिंदू आणि मुसलमान दोघेही घोषणा देत होते, 'वंदे मातरम्',' अल्ला हो अकबर!' गांधीजींनी 'हिंदी स्वराज्य' या नावाचे एक पुस्तक लिहिले; परंतु सरकारने ते लगेच जप्त केले. तथापि त्या काळात लोकांनी ज्या प्रती विकत घेतल्या होत्या, त्यांपासून असंख्य प्रती लोकांनी काढून ते पाठ केले.

नंतर गांधीजी पंजाबात गेले; पण वाटेत शासनाने त्यांना अटक केली. त्यांना लगेच सोडून देण्यात आले. गांधीजी पंजाबात चालले; पण वाटेत त्यांना कळले की, अहमदाबादला दंगे सुरू झाले आहेत. तातडीने अहमदाबादला ते परतले. साबरमती आश्रमामध्ये त्यांनी लोकांची सभा घेतली. झाल्या हिंसेसाठी त्यांनी लोकांना खूप छेडले. दंग्यात जे गोरगरीब जखमी झाले, ज्यांची आर्थिक हानी झाली, त्यांसाठी दंगेखोरांना प्रायश्चित्त देण्यापेक्षा स्वतः प्रायश्चित्त घेण्याचे त्यांनी ठरविले. गांधीजींनी तीन दिवसाचा कडकडीत उपवास केला.

उपवासातून ते मुक्त होतात न होतात तोच पंजाबातील परिस्थिती अत्यंत बिघडली आहे असे त्यांना दिसून आले. ते पंजाबला परतले. सरकारच्या निषेधार्थ जालियनवाला बागेत जमावबंदी हुकूम मोडून हजारो लोकांनी सभा भरविली. सैनिकांनी बागेत रस्ते रोखले. तसे म्हटले तर लोकांना यायला आणि जायला सार्वजनिक असा एकच रस्ता होता. तिथे सैनिकांनी मशिनगन्स रोखून ठेवल्या होत्या. लोकांना हे दिसून येताच 'वंदेमातरम्', 'इन्किलाब झिंदाबाद'च्या घोषणा सुरू झाल्या. घोषणांनी सारा आसमंत दुमदुमून गेला. सेनाधिकाऱ्यांनी 'मैदानातून चालते व्हा' असा इशारा दिला; पण ऐकतो

कोण? घोषणांना ऊत आला. सेनाधिकाऱ्यांनी चिडून जाऊन गोळीबाराचा हुकूम दिला. मुडद्यांमागून मुडदे पडू लागले. शेकडो जखमी झाले. लोकांना पळता भुई थोडी झाली. साऱ्या दिशेने लोक पांगू लागले. प्रमुख रस्ता शिपायांनी अडविल्याने धड पळता येईना. गोळीबार थांबला. अमृतसरच्या कलेक्टरनी मेलेल्याचे मुडदे उचलायला आणि जखमींची शुश्रूषा करायला स्पष्ट नकार दिला.

गांधीजींनी हे सारे उघड्या डोळ्यांनी पाहिले. दुःखातिशयाने ते अतिशय चिंतनशील बनले आणि त्यांनी देशासाठी वर्षात स्वराज्याची योजना सांगितली.

❀❀❀

सतत प्रवास करणे आणि भारतातील जनतेला समजून घेणे, ही गोष्ट गांधीजींच्या जीवनात अपरिहार्य होऊन राहिली होती. एका बाजूने ब्रिटिशांची दडपशाही वाढली होती. दुसऱ्या बाजूने भारतातील गरिबी वाढत होती आणि अशा परिस्थितीत ब्रिटिशांच्या जोखडातून गांधीजी भारताला मुक्त करू इच्छित होते. गांधीजी मौन पाळीत. त्या दिवशी ते विशेष चिंतनशील बनत. मग त्यांचा आतला आवाज त्यांना साथ देई.

एक विलक्षण कल्पना गांधीजीच्या मनात येऊन गेली आणि तिला योजनाबद्ध स्वरूप दिले. त्यांची योजना अशी होती :

ब्रिटिशांशी सहकार्य करायचे नाही. सत्याग्रह करायचा, कायदेभंग करायचा आणि अशा प्रकारे एका वर्षात स्वराज्य मिळवायचे. जनतेच्या माहितीसाठी त्यांनी पत्रकामागून पत्रके काढली. लोकहो, सरकारी नोकऱ्या सोडा; मुलांनो, शाळा सोडा; तरुणांनो, कॉलेज सोडा; वकिलांनो वकिली सोडा. स्वदेशी वस्तू वापरा. परदेशी वस्तूंवर बहिष्कार घाला. विदेशी कपड्यांची होळी करा. अशा प्रकारे लोक गांधीजींचे आदेश पाळू लागले, मिरवणुका निघू लागल्या, सभा भरू लागल्या आणि गांधीजींचा हा संदेश सर्वत्र पोहोचू लागला. भारताची सहानुभूती मिळवण्यासाठी प्रिन्स ऑफ वेल्स भारतात आले. पण गावोगावी त्यांचे 'बंद' ने स्वागत करण्यात आले. हाही उपाय थकल्यावर सरकारने गांधाजींना अटक केली. त्यांच्यावर खटला भरला. गांधीजीच्या अटकेमुळे लोक अस्वस्थ झाले आणि अहिंसक चळवळीला हिंसक वळण लागले. उत्तर प्रदेशातल्या 'चौरीचौरा' या गावी हिंसा भडकली. एक-दोन पोलिसांना जिवंत जाळण्यात आले. या गोष्टीचे गांधीजीना खूपच दुःख झाले. त्यांनी चळवळ मागे घेतली आणि प्रायश्चित्त म्हणून ते पाच दिवस उपोषणाला बसले. सरकारने गांधीजीना अटक करून त्यंच्यावर खटला भरला. त्यांना कोर्टात खेचण्यात आले. न्यायमूर्ती ब्रिटिश होते. त्यांनी गांधीजींना विचारले,

"तुमचा व्यवसाय काय?"

"शेती आणि कापडाचे विणकाम."

"ब्रिटिशांविरुद्ध तुम्ही लोकांना भडकविता हे खरं आहे काय?"

"होय. ब्रिटिशांच्या जुलमी कायद्याविरुद्ध झगडायला मी लोकांना शिकवतो. तो गुन्हा असेल, तर तुम्ही मला शिक्षा करा, परंतु तसे करणे मी माझा धर्म समजतो."

गांधीजींना राजद्रोही म्हणून सहा वर्षांची शिक्षा झाली. त्यांना पुण्याच्या येरवडा जेलमध्ये हलविण्यात आले.

दोन वर्षांनी तुरुंगात गांधीजीची प्रकृती बिघडली. त्यावेळी त्यांना ज्या बातम्या मिळत होत्या, त्या ऐकून ते काहीसे निराश झाले. भारताचे जे प्रजाजन हिंदू आणि मुसलमान यांच्यात विश्वास राहिलेला नाही, क्षुल्लक कारणावरून ते दंगे करीत आहेत, या कारणाने गांधीजीनी आत्मशुद्धीसाठी २१ दिवसांचा उपवास जाहीर केला. गांधीजींना मुक्त करण्यात आले. थोडी प्रकृती सुधारताच त्यांनी राजकारणाचा काही काळ त्याग करून जातीय सलोखा आणि अस्पृश्यतेचे उच्चाटन हे काम हाती घेऊन लघुउद्योगांतून खेडी सुधारण्याचे ठरविले.

भारतासाठी आपण काहीतरी केले पाहिजे याची जाणीव सरकारला झाली आणि त्यासाठी त्याने सायमन कमिशनची योजना केली.

सायमन कमिशनवर लोकांनी बहिष्कार घातला. कोणत्याही ब्रिटिश अधिकाऱ्याला काहीच मिळू द्यायचे नाही, असे त्यांनी ठरविले. सायमन कमिशनच्या नियुक्तीने काही साध्य झाले नाही. सरकारची दडपशाही वाढतच चालली आणि गांधीजींनी सत्याग्रहाची मोहीम हाती घेतली. बार्डोलीच्या सत्याग्रहाचे नेतृत्व सरदार पटेलांकडे देण्यात आले. सरकारच्या वाढत्या दडपशाहीला तोंड देऊन बार्डोली ब्रिटिश अधिकाऱ्यांना, पोलिसांना पिण्याला पाणीसुद्धा मिळू शकले नाही.

१९२९च्या लाहोर कॉंग्रेसमध्ये भारतीय स्वराज्याची घोषणा जवाहरलाल नेहरूंच्या नेतृत्वाखाली करण्यात आली. त्याला अनुसरून २६ जानेवारी हा भारताचा गणराज्यदिन पाळण्याचे ठरले.

सरकारच्या वाढत्या करआकारणीने गरीब जनता हैराण झाली आहे, असे गांधीजींना आढळून आले. समुद्रातून मिळणारे साधे मीठ ते काय, पण त्यावरही करआकारणी केली जात होती.

गांधीजींनी मिठाचा सत्याग्रह करण्याचे ठरविले. त्यांनी व्हॉईसरॉयला कळविले की, मी मिठाचा कायदा मोडणार आहे. गांधीजींच्या पत्राला व्हॉईसरॉयनी कसलेच उत्तर पाठविले नाही. अहमदाबादच्या आश्रमातून २५० मैलांवरील 'दांडी' या ठिकाणी मिठाच्या सत्याग्रहासाठी आपण जात आहोत असे त्यांनी व्हॉईसरॉयना कळविले.

गांधीजींची ऐतिहासिक दांडी यात्रा सुरू झाली. मोठ्या उत्साहाने ठिकठिकाणी त्या मार्गावर लोक गांधीजींचे स्वागत करीत होते; साथ देत होते. गांधीजी दांडीस पोहोचले. तिथून त्यांनी साऱ्या जगाला उद्देशून एक विनंतिपत्र प्रसिद्ध केले. 'ब्रिटिशांच्या जुलमाविरुद्ध मी माझ्या हक्कासाठी झगडत आहे आणि त्यासाठी मला जगाची सहानुभूती

हवी आहे.' गांधीजींप्रमाणे असंख्यांनी या मिठाच्या सत्याग्रहात भाग घेतला. गांधीजींना अटक करण्यात आली. त्यांच्या अनुयायांवर लाठीमार झाला. अंगावर घोडे घालण्यात आले. त्यात काही सत्याग्रही मरण पावले. अनेक जखमी झाले. खेडोपाड्यापर्यंत ही चळवळ पोहोचली. लोकांनी सभा घेतल्या, मिरवणुका काढल्या आणि मुक्त हस्ताने मीठ गोळा करून लोकांत फुकट वाटण्यास सुरुवात केली.

गांधीजींच्या या सर्व चळवळीकडे सरकारचे बारकाईने लक्ष होते. जागतिक मत इंग्लंडच्या विरुद्ध जाऊ लागले आणि भारताला कांही हक्क देणे जरुरीचे वाटल्यावरून

'गोलमेज परिषदे'ची कल्पना पुढे आली. भारतातील सर्व पक्षांतून अनेक लोकांना निमंत्रण देऊन लंडनमध्ये ती परिषद भरली. गांधीजीही या परिषदेला हजर राहण्यासाठी गेले. त्या वेळी गांधीजींचा पोषाख अगदी साधा होता. पांघरायला एक पंचा आणि नेसायला एक पंचा. त्यांनी बरोबर आपली शेळीही नेली होती. या परिषदेपूर्वी सर्व राजकीय कैद्यांना मुक्त करण्यात आले.

लंडनमध्ये गांधीजींनी आपला मुक्काम गरिबांच्या वस्तीमध्ये केला. त्यामुळे त्यांना गरीब इंग्लिश लोकांच्या भावना समजून घेता आल्या.

या पहिल्या गोलमेज परिषदेतून काहीही निष्पन्न झाले नाही. ब्रिटिशांना खरोखर मनापासून काही द्यायचेच नव्हते. गांधीजी इंग्लंडमध्ये एकूण चौऱ्याऐंशी दिवस राहिले. तिथेही त्यांनी नित्यनेमाने सूत कातण्याच्या आपल्या व्रताचे प्रामाणिकपणे आचरण केले. हक्क देण्याचा विचार होत असताना मुसलमानांच्या मागण्यांचा बाऊ करण्यात येत होता आणि सरकार आपल्या बाजूस आहे, असे मुसलमानांना कळल्यानंतर त्यांच्या मागण्या वाढतच राहिल्या आणि परिणामतः पुढे पाकिस्तान व भारत अशी हिंदुस्थानची दोन शकले पाडण्यात आली.

❋❋❋

'फोडा आणि झोडा' ही ब्रिटिशांची राज्यनीती. गोलमेज परिषदेला गांधीजी गेले. त्यातून काहीही निष्पन्न होणार नाही, हे जसे ब्रिटिशांना ठाऊक होते, तसेच गांधीजींनाही ठाऊक होते.

एका बाजूने राष्ट्रीय पुढाऱ्यांना तुरुंगात टाकायचे आणि दुसऱ्या बाजूने हिंदू-मुसलमानांत भांडणे लावायची, असा उपक्रम त्यांनी सुरू केला.

गांधीजी भारतात आले आणि भारताची ही स्थिती पाहून ते उद्विग्न झाले. ते अधिक चिंतनशील बनले. आणखी एक आघात देशावर होतो आहे, असे त्यांना आढळून आले. हरिजनांना हिंदूंपासून वेगळे करण्याचा ब्रिटिशांनी घाट घातला.

सरकारने केलेल्या वचनभंगामुळे आपण सत्याग्रह करीत आहोत, हे गांधीजीनी व्हाईसरॉयला कळविले. सत्याग्रह सुरू होण्याच्या आतच गांधीजींना अटक झाली, आणि पुण्यानजीकच्या येरवडा तुरुंगात त्यांची रवानगी झाली.

अस्पृश्य हिंदू धर्माचा एक अविभाज्य घटक आहेत, असे गांधीजी मानत. त्यांनी

अस्पृश्यांना देवाचे लाडके म्हणजे 'हरिजन' असे नाव देऊन, खास त्यांच्या उद्धाराचा हेतू मनात बाळगून 'हरिजन' नावाचे साप्ताहिक सुरू केले. त्याच्या जोडीला हरिजन सेवक संघाचीही स्थापना केली. हरिजनांच्या सेवेसाठी त्यांनी फंड उभारला. त्या फंडाला किमान एक रुपया दिल्याशिवाय ते कुणाला स्वाक्षरी देत नसत.

हिंदूंपासून हरिजनांना वेगळे करण्याचा कुटिल डाव गांधीजींनी ओळखला आणि तुरुंगातच एकवीस दिवसांच्या उपोषणाला ते बसले. उपवासाचा पाचवा दिवस उजाडला. हरिजनांचे लाडके पुढारी डॉ. आंबेडकर आणि गांधीजींच्यात समझोता झाला. या गोष्टीचा परिणाम केवळ भारतभरच नव्हे, तर जगभर झाला. परिणामतः अनेक मंदिरे हरिजनांना खुली झाली. जाणकार हरिजनांना आपल्या घरात घेऊ लागले.

तुरुंगातून सुटका होताच वर्ध्याजवळ सेवाग्राम या खेड्यात गांधीजींनी एक नवा आश्रम सुरू केला. शिक्षणात उद्योगांचे महत्त्व याच वेळी त्यांनी प्रतिपादन केले. केवळ हरिजनांना सेवाग्रामचा आश्रम खुला होता, इतकेच नव्हे तर कुष्ठरोग्यांनासुद्धा गांधीजींनी त्या आश्रमात दाखल केले आणि त्यांची शुश्रूषा स्वतः करू लागले. या कृतीला आश्रमाच्या बाहेरूनच नव्हे, तर आश्रमाच्या आतूनसुद्धा विलक्षण विरोध झाला; पण गांधीजींनी कशालाही दाद दिली नाही.

सतत फिरत राहणं आणि देशबांधवांच्या कथा-व्यथांचे जवळून निरीक्षण करणे, हा गांधीजींचा जीवनभराचा उद्योग होता.

पठाणांचे पुढारी खान अब्दुल गफारखान गांधीजींचे एकनिष्ठ अनुयायी होते. त्यांना लोक 'सरहद्द गांधी' म्हणत. गांधीजी त्यांच्या निमंत्रणावरून सरहद्द प्रांतात गेले. त्यांच्या निवासस्थानावर सशस्त्र पठाणांचा जेव्हा पहारा ठेवण्यात आला, तेव्हा त्याला गांधीजींनी तीव्र विरोध केला आणि एका सभेमध्ये त्यांनी आपली भूमिका पठाण बांधवांपुढे स्पष्ट केली.

या गोष्टीचा पठाण बांधवांवर विलक्षण प्रभाव पडला.

असे गांधीजी फिरत असता राजकोटला आले आणि तेथे त्यांनी सत्याग्रह आणि उपवास या अहिंसक साधनांच्या जोरावर राजकोटच्या ठाकुरांना वळणावर आणले. त्यांनी घातलेले मारेकरी अखेर गांधीजीचे मित्र झाले.

असेच प्रवास करता करता रवींद्रनाथजींच्या निमंत्रणावरून गांधीजी टागोरांच्या विश्वभारती विद्यापीठाला भेट देण्यासाठी आले. टागोर आणि गांधीजी या दोघांमध्ये बराच काव्यशास्त्रविनोद तर टागोरांनी गांधीजींना विनंती केली. टागोर म्हणाले,

''मी आता वृद्ध झालो आहे. यथामती आणि यथाशक्ती कुठेही शैक्षणिक अवमूल्यन होऊ न देता ही संस्था मी चालविली आहे. आता मी ती तुमच्या स्वाधीन करू इच्छितो.''

गांधीजींनी टागोरांची विनंती मान्य केली. टागोरांच्या पश्चात गांधीजींच्या सूचनेवरून त्या विश्वभारती विद्यापीठाची जबाबदारी भारत सरकारने घेतली.

महायुद्ध सुरू झाले. इंग्लंडची आर्थिक स्थिती बिघडू लागली. काही झाले तरी हिंदुस्थानला आम्ही स्वातंत्र्य देणार नाही, असे म्हणणाऱ्या चर्चिलला वाटाघाटीसाठी स्टॅफोर्ड क्रिप्सला पाठवावे लागले. संपूर्ण स्वातंत्र्याच्या आधारावर वाटाघाटी करायच्या असतील तरच आम्ही बोलू; न पेक्षा आपण जसे आलात तसेच परत निघून जा, असे गांधीजींनी क्रिप्ससाहेबांना सांगितले आणि क्रिप्स परत गेले.

युद्धाच्या संकटात इंग्रज सापडले असताना गांधीजींनी आपल्या चळवळीला काहीशी मुरड घातली होती; परंतु वेळोवेळी इंग्रज फसवत आले होते, तेव्हा गांधीजींची बालंबाल खात्री झाली की, इंग्रजांना हाकलून काढल्याशिवाय ते जाणार नाहीत. मौलाना आझाद काँग्रेसचे अध्यक्ष होते. मुंबईला काँग्रेसचे अधिवेशन घेण्याचे ठरले. त्यामध्ये 'ब्रिटिशांनो चालते व्हा' असा अखेरचा इशारा देण्याचे निश्चित झाले.

हा इशारा दिल्यानंतर याचा परिणाम काय होईल याचा विचारविनिमय काँग्रेस नेत्यांनी केला होता. आपले ऐतिहासिक भाषण गांधीजींनी मुंबईत केले. त्यांनी घोषणा केली, 'ब्रिटिशांनो चालते व्हा.' भारतीयांना उद्देशून घोषणा केली, 'करेंगे या मरेंगे!'

रातोरात सर्व काँग्रेस पुढाऱ्यांना अटक करण्यात आली. ही गोष्ट भारतभर पसरायला वेळ लागला नाही. अनेक नेते भूमिगत झाले. जनतेने चळवळ आपल्या हाती घेतली. भूमिगतांकडून काहींना मार्गदर्शन लाभले, काहींना नाही. हिंसेचा वणवा पेटला. मोडतोड, जाळपोळ यांना ऊत आला. या घटनांनी गांधीजी अस्वस्थ झाले. गांधीजींना पुण्यानजीकच्या आगाखान पॅलेसमध्ये ठेवले होते. सोबत पत्नी कस्तुरबा आणि चिटणीस महादेवभाई देसाई होते. हृदयविकाराने महादेवभाई देसाई थोड्याच दिवसांत निधन पावले. तीन-साडेतीन तपांचे सहकारी महादेवभाई गेले. गांधीजींना आपला उजवा हातच तुटल्यासारखे झाले. तुरुंगातच गांधीजींनी एकवीस दिवसांचे उपोषण आरंभिले. ते कुणाविरुद्ध नव्हते तर आत्मशुद्धीसाठी होते. उसळलेली जाळपोळ आणि सरकारचा गोळीबार यांमुळे गांधीजी काहीसे खिन्न झाले. अहिंसेचे आपले तत्त्व आपल्याच अनुयायांकडून पायदळी तुडविले जात आहे, याचे गांधीजींना अतीव दुःख झाले. एका आठवड्यातच गांधीजींची प्रकृती बिघडली आणि चिंताजनक झाली. गांधीजींना सोडून देण्याबाबत अनेक पाश्चात्त्य नेत्यांनी इंग्लंडच्या महामंत्र्यांना गळ घातली. परंतु चर्चिलसाहेब बधले नाहीत. अखेर गांधीजींचे उपोषण समाप्त झाले. गांधीजी वाचले. साऱ्या भारतभरच नव्हे तर विश्वातील नामवंत नेत्यांचा जीव भांड्यात पडला.

संकटे आली म्हणजे ती एकामागून एक येतात आणि सोसणाऱ्याची ती परीक्षा घेतात. कस्तुरबांना अलीकडे हृदयविकाराचा त्रास होत होता. देशाची आणि गांधीजींची हालत पाहून त्यांच्या मनाने थोडी कच खाल्ली आणि एके दिवशी त्यांचा हृदयविकार बळावला. गांधीजींच्या मांडीवर आपले मस्तक ठेवून आपली इहलोकीची यात्रा संपवली. अशा प्रकारे बासष्ठ वर्षांच्या गांधीजींच्या संसारी जीवनाचा अस्त झाला.

कस्तुरबांचा अंत्यसंस्कार आगाखान पॅलेसमध्येच करण्यात आला. महादेवभाईंच्या समाधीशेजारी कस्तुरबांची समाधी बांधण्यात आली.

महादेवभाईंचे निधन, एकवीस दिवसांचे उपोषण आणि कस्तुरबांचे निधन या गोष्टींचा परिणाम गांधीजींवर झाला. ते आजारी पडले. सरकारी डॉक्टरांनी त्यांची प्रकृती तपासली. त्या डॉक्टरी रिपोर्टवर घाबरून सरकारने गांधीजींना बंधमुक्त केले.

काही काळ विश्रांती घेतल्यानंतर गांधीजींची प्रकृती सुधारली. प्रकृतीकरिता पूर्ण विश्रांती घेणे त्यांना माहीत नव्हते. ते कामाला लागले. गांधीजींनी आपल्या कामाची फेरआखणी केली. त्यांच्या तुरुंगवासाच्या काळात आणि 'ब्रिटिशांनो, चालते व्हा' या त्यांच्या घोषणेमुळे माजलेल्या अराजकात ब्रिटिश सरकारने हिंदू-मुसलमान वादाचे पिल्लू सोडून दिले. गांधीजींनी मनाशी निश्चय केला, हे जातीय विष पसरायच्या आधीच त्याचा बंदोबस्त केला पाहिजे. मुसलमानांचे पुढारी बॅ. महमदअली जीना होते. गांधीजी जसे गुजरातचे तसेच जीनाही गुजरातचेच. जीनांना पत्र लिहून गांधीजींनी वाटाघाटीला सुरुवात केली. गांधीजी परोपरीने सांगत की भारत ही भारतात राहणाऱ्या सर्वांची मातृभूमी आहे. सर्व नागरिकांना येथे समान हक्क राहतील. तेव्हा जातीयवाद हा व्यर्थ आहे. जीना पडले हटवादी. ते काही ऐकून घेण्याच्या मनःस्थितीत नव्हते. ते म्हणत, तुमची काँग्रेस हिंदूंची. तुम्ही आमचे प्रतिनिधित्व करू शकत नाही. मुसलमान बहुसंख्य वस्तीचा प्रदेश आम्हाला

पाकिस्तान म्हणून हवा. पाकिस्तान ही आमची पहिली आणि अखेरची मागणी आहे. जातीयवादाचे सोडलेले हे भूत इतके या देशाच्या डोक्यावर चढेल, याची इंग्रज सरकारलासुद्धा कल्पना नसावी.

या वेळी एक अनपेक्षित घटना घडली आणि साऱ्या देशाचे वातावरणच बदलून जाण्याच्या अवस्थेत आले. महायुद्ध संपले होते. निवडणुकीमध्ये हटवादी चर्चिल आणि त्याचा हुजूर पक्ष पराभूत झाला. उदारमतवादी ॲटलीचा मजूर पक्ष अधिकारावर आला. मजूर पक्षाला मनोमन वाटू लागले, स्वखर्चाने साम्राज्य पोसणे शहाणपणाचे नाही. त्या त्या देशांतील लोक जागे झाले आहेत. ते सतत चळवळी करीत राहणार. त्या मोडून काढण्यासाठी अर्थबळच नव्हे तर मनुष्यबळ खर्ची पडणार. त्यापेक्षा वाटाघाटीने या देशांना स्वातंत्र्य देऊन चांगुलपणा का पदरी घेऊ नये? ॲटलीसाहेबांनी आपल्या मंत्रिमंडळातील तीन वरिष्ठ दर्जाचे मंत्री भारतात पाठवून दिले आणि प्रथम गांधीजींशी संपर्क साधून वाटाघाटी करण्याचा सल्ला त्यांनी दिला.

गांधीजी नेहमी भंगी कॉलनीत राहत असत. कॅबिनेट मिशन या नावाने ते मंडळ आले. भंगी कॉलनीतील गांधीजींच्या निवासस्थानी त्यांनी वाटाघाटी सुरू केल्या. कॉलनीला एका छोटेखानी राजधानीचे स्वरूप आले.

❁❁❁

लिनलिथगो व्हाईसरॉय बदलून लॉर्ड माउंटबॅटन यांची नियुक्ती ॲटली शासनाने केली. त्यांना काही खास सूचना देण्यात आल्या होत्या.

भारतात येऊन लॉर्ड माउंटबॅटननी आपले पद स्वीकारताच जाहीर करून टाकले की, मी सत्तांतर करण्यासाठी आलो आहे. ते इंग्लंडच्या आणि भारताच्या हिताचे आहे. एका काळजीवाहू सरकारची नियुक्ती करण्याचे माउंटबॅटननी निश्चित केले. परंतु हटवादी जीनांनी मंत्रिमंडळात येण्यास नकार दिला. त्यांना भारताची फाळणी हवी होती. मुसलमानांसाठी पाकिस्तानची मागणी त्यांनी उचलून धरली. कोणत्याही तडजोडीला ते तयार नव्हते. भारतीय काँग्रेसच्या लोकांना फाळणी नको होती. गांधीजी तर निक्षून म्हणाले होते की, प्रामाणिकपणे ब्रिटिशांना सत्तांतर करायचे असेल तर कुणाच्याही हाती सत्ता देऊन त्यांनी निघून जावे. जोपर्यंत इंग्रज शासन भारतात आहे, तोपर्यंत हिंदू-मुसलमानांचे ऐक्य होणार नाही; कारण मुसलमानांना त्यांनीच लाडावून ठेवले आहे. पण गांधीजींचे

ऐकायला ब्रिटिश तयार नव्हते. प्रथम जातीय तेढ आम्ही मिटवू आणि मगच जाऊ, अशी भूमिका त्यांनी घेतली. इकडे जीनांनी तर 'ठिकठिकाणी आम्ही दंगे घडवून आणू' अशी धमकी दिली. आणि धमकीचा परिणाम म्हणूनच की काय दंगली सुरू झाल्या. ढाक्यात हिंदूंची कत्तल झाली. कलकत्त्यात मुसलमानांची कत्तल झाली. नोआखलीत मुसलमानांनी बदला घेतला. त्याचा बिहारातल्या हिंदूंनी सूड घेतला.

इकडे काळजीवाहू सरकारात माउंटबॅटननी नेहरूंना उपप्रमुख नेमले आणि वाटाघाटींना गती दिली. त्या वाटाघाटीत गांधीजींनी भाग घेतला नाही. नेहरू, पटेल, राजगोपालाचारी, राजेंद्रप्रसाद वगैरेंना आढळून आले की, जातीयतेचा भस्मासुर रोखण्यासाठी भारताची फाळणी हाच एक उपाय आहे. जीनांना पूर्ण पंजाब, पूर्ण बंगाल हवा होता आणि या दोन बहुसंख्य मुसलमान वस्तीला जोडणारा एक पट्टा हवा होता; परंतु जीनांच्या वाढत्या मागणीला माउंटबॅटननी वेळीच आळा घातला आणि सिंध, बलुचिस्तान, पंजाबचा पश्चिम भाग, बंगालचा पूर्व भाग हे पाकिस्तानात घालायचे आणि सरहद्द प्रांतात मतदान घ्यावयाचे. खान अब्दुल गफारखान यांनी मतदानावर बहिष्कार घातला. पंजाब आणि बंगालची फाळणी होताना रक्ताचे पाट वाहिले. प्रथम मुसलमानांनी उठाव केला. मग हिंदू-शिखांनी त्यांच्याच भाषेत त्यांना उत्तर दिले. दंग्याने दंगे वाढतात, म्हणून शांततेचे आवाहन गांधीजी करीत होते. ते नोआखलीत हिंडले. तिथल्या हिंदूंचे त्यांनी डोळे पुसले. बिहारातील दंगलीची वार्ता कानी येताच बिहारचा दौरा करण्यास ते निघाले. इतक्यात दिल्लीत मुसलमानांची कत्तल होत आहे, असे समजताच ते त्वरित दिल्लीला आले आणि प्राणांतिक उपोषणाला बसले. हिंदू जातीयवाद्यांनी समजूत करून घेतली की, गांधीजी मुसलमानांची बाजू घेत आहेत. प्रत्यक्ष दंगलीपेक्षा दंगलीच्या अफवांनीच संपूर्ण भारतातील वातावरण भरून गेले होते. दिल्लीत गांधीजी बिर्ला भवनात उतरले होते. २० जानेवारीला त्यांच्यावर एक बॉम्ब टाकण्यात आला; पण तो एका भिंतीवर पडून भिंत जमीनदोस्त झाली आणि गांधीजी बचावले.

या प्रसंगाने गांधीजींवरील बंदोबस्तात वाढ करण्यात आली. सरदार पटेल गृहमंत्री होते. गांधीजींनी त्यांना बंदोबस्त काढून टाकण्यास सांगितले.

१५ ऑगस्ट, १९४७ला स्वातंत्र्य मिळाले होते. रक्तपात थांबले होते. पण पाकिस्तानने टोळीवाल्यांच्या आमिषाने काश्मीरवर स्वारी केली. काश्मीरच्या बचावासाठी काश्मिरात फौजा धाडण्याच्या नेहरूजीच्या निर्णयाला गांधीजींनी आशीर्वाद दिला.

सक्रिय राजकारणात फारसा भाग न घेता भारतभर दौरा करून जातीजातींमध्ये सलोखा निर्माण करण्याचे काम गांधीजींना कॉंग्रेस बरखास्त करून भारत सेवा संघ स्थापन करून करावयाचे होते; परंतु मनुष्य एका गोष्टीचे चिंतन करतो, पर नियतीच्या मनात काही निराळेच असते. बॉम्बहल्ल्यातून गांधीजी वाचले खरे, पण त्यानंतर थोड्याच दिवसांत ३० जानेवारी, १९४८ रोजी सायंकाळी पाच वाजता प्रार्थनेच्या वेळी एक माथेफिरू गांधीजींना नमस्कार करण्याच्या मिषाने वाकून त्यांच्याजवळ आला आणि ताठ उभे राहून

त्याने क्षणार्धात आपल्या लपविलेल्या पिस्तुलातून खाड्खाड् अशा तीन गोळ्या झाडल्या.

गांधीजींच्या वधाची बातमी सायंकाळी सात वाजता जाहीर करण्यात आली आणि खुनी एक हिंदू होता, हे समजताच भारतातील मुसलमानांनी, शिखांनी आणि सिंधी निर्वासितांनी आपला रोखलेला श्‍वास सोडला. कारण खुनी जर त्यांच्यातील असता तर काय झाले असते, याची कल्पनाच न केलेली बरी.

'हे राम! हे राम!' असे गांधीजींचे अखेरचे उद्गार होते. गांधीजींची न भूतो, न भविष्यति अशी अंत्ययात्रा निघाली. साऱ्या जगातून शोकसंदेशाच्या प्रतिक्रिया आल्या. भारत शोकसागरात बुडून गेला. सद्गदित कंठाने नेहरूंनी आकाशवाणीवर भारतवासीयांसाठी श्रद्धांजली वाहिली. नेहरूजी म्हणाले,

'आपल्या जीवनातील प्रकाश गेला. आता भोवताली अंधार अंधार दाटला आहे. फक्त अंधार. राष्ट्रपिता गेला. यापुढे त्यांचा आधार तुटला!'

विश्वविख्यात शास्त्रज्ञ अल्बर्ट आईन्स्टाईन यांची श्रद्धांजली मोठी बोलकी आहे ते म्हणाले,

'पुढच्या पिढ्यांचा विश्वासही बसणार नाही की, असा महापुरुष या पृथ्वीवर मनुष्यदेहाने वावरला.'

हे राम

महात्मा गांधीजींच्या जीवनातील महत्त्वाची सनावली

१८६९ (ऑक्टोबर २)	:	जन्म (पोरबंदर)
१८८५	:	भारतीय काँग्रेसची स्थापना
१८८७	:	मॅट्रिक परीक्षा उत्तीर्ण
१८८८	:	बॅरिस्टर होण्यासाठी इंग्लंडला प्रयाण
१८९१ (जून ११)	:	बॅरिस्टर झाले.
१८९३	:	आफ्रिकेस प्रयाण
१८९६	:	भारतात परत
१९०२	:	परत आफ्रिकेस प्रयाण
१९०९	:	पहिली गोलमेज परिषद
१९१३ (ऑक्टोबर २८)	:	आफ्रिकेतील महान मोर्चाचे नेतृत्व
१९१५	:	आफ्रिकेहून परत
१९१६	:	बनारस हिंदू विद्यापीठाची पायाभरणी
१९१९	:	सार्वजनिक जीवनास प्रारंभ
१९१९ (एप्रिल ६)	:	अपूर्व हरताळ, भारत बंद
१९२२	:	अटक
१९२४	:	आजार आणि सुटका
१९३० (मार्च १२)	:	मिठाचा सत्याग्रह, दांडी मोर्चा
१९३२ (सप्टेंबर २०)	:	२१ दिवसांचा उपवास
१९३६	:	फैजपूर काँग्रेस
१९३७	:	निवडणुका जिंकल्या
१९४२ (ऑगस्ट ८)	:	'चले जाव'ची घोषणा
१९४४ (फेब्रुवारी २२)	:	कस्तुरबांचे निधन
१९४६ (सप्टेंबर २)	:	हंगामी सरकारची स्थापना
१९४७ (ऑगस्ट १५)	:	भारताला स्वातंत्र्य
१९४८ (जानेवारी ३०)	:	निधन

आठवणी

१

१९३९ साल असेल. उन्हाळ्याचे दिवस होते. बड्या लाटांचा मुक्काम सिमल्यात होता. त्यांनी बापूंना चर्चेसाठी बोलावले होते. बापूजींबरोबर नेहमीप्रमाणे मी गेलो. आश्रमातील आणखी एक-दोन मंडळी होती.

बारा साडेबाराला वाटाघाटी सुरू व्हावयाच्या, चार-साडेचारपर्यंत चालायच्या, असे दोन दिवस झाले. तिसऱ्या दिवशी बापू साडेचारऐवजी दीडलाच परत आले. मला आश्चर्य वाटले. मी अदबीने विचारले,

"बापू, एक विचारू?"

"विचार, पण तू काय विचारणार हे मला माहीत आहे."

"काय विचारणार होतो?"

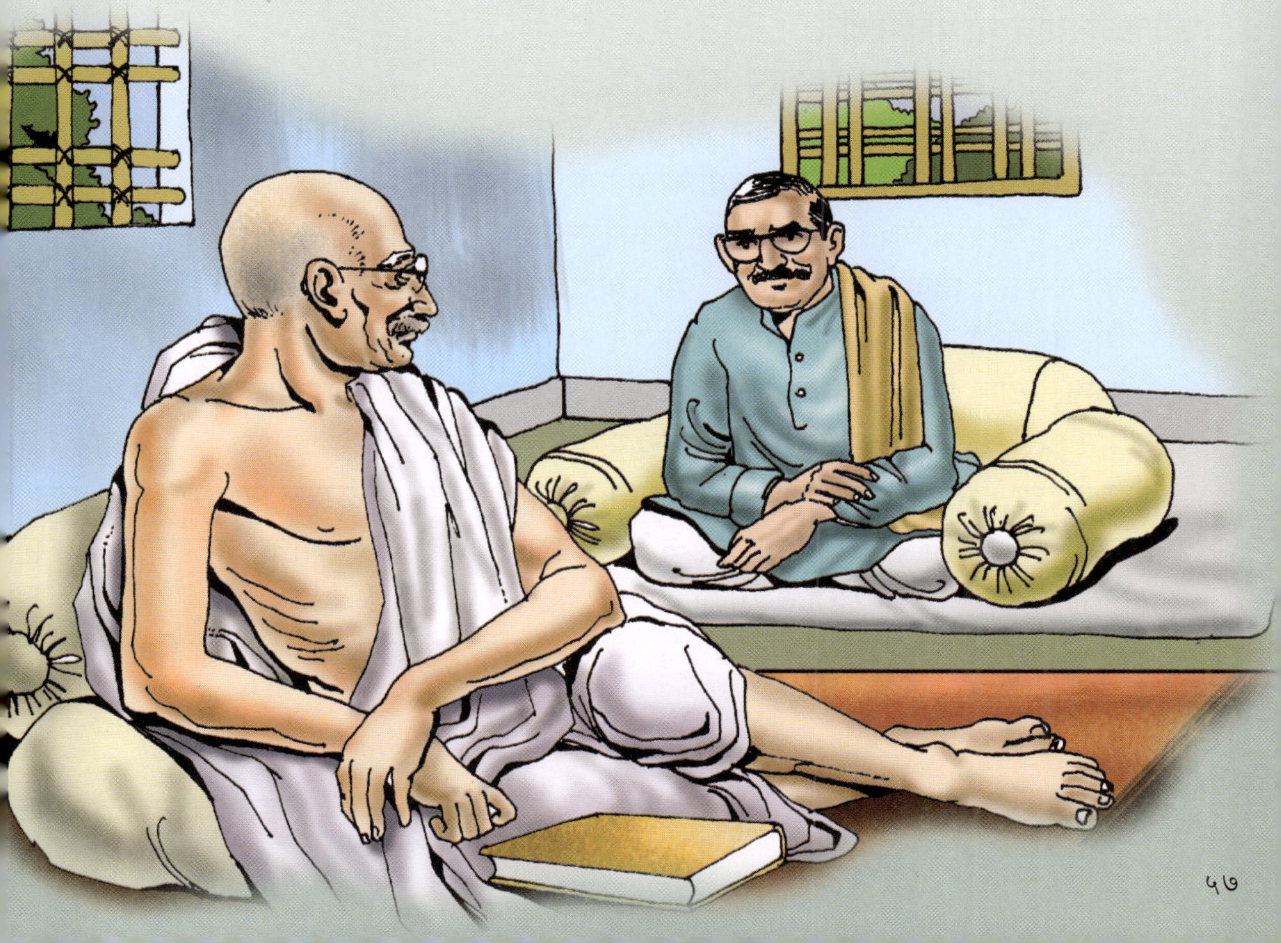

"की, आज लवकर परत का आलात?"

"अगदी बरोबर, वाटाघाटी फिसकटल्या तर नाहीत?"

"अरे, या इंग्रजांबरोबर केलेल्या वाटाघाटी कधी संपत नाहीत नि कधी फिसकटत नाहीत."

"मग काय झालं असं समजायचं?"

"त्या स्थगित झाल्या आहेत. काही मुद्द्यांचा खुलासा बडे लाट लंडनहून म्हणजे भारतमंत्र्यांकडून करून घेणार आहेत. त्याला आठ दिवस लागतील."

आठ दिवस फुकट जातील म्हणून आपल्याप्रमाणे मलाही थोडे वाईट वाटेल अशी बापूंची कल्पना होती. उलट मला आनंद झाला, त्याचे बापूंना आश्चर्य वाटले. ते म्हणाले,

"महादेवा, या स्थगितीची तुझ्या चेहऱ्यावर खुशी दिसते. त्यात आनंद वाटण्यासारखं काय आहे?"

"खरं सांगू बापू, मी माझ्या भावना तुमच्यापासून कधीच लपविलेल्या नाहीत आणि मला लपवायच्या पण नाहीत."

"मग सांग पाहू, तुझ्या खुशीचं कारण?"

"आपल्याला इथं आठ दिवस थांबावं लागणार आणि कधी नाही ती सिमल्याचं निसर्गसौंदर्य मनसोक्त पाहण्याची संधी आम्हाला मिळणार!"

"बैस तू सिमला बघत. मी चाललो." किंचित रागाने बापू म्हणाले.

"मी चाललो म्हणजे काय बापू?" मी शंका विचारली.

"मी वर्ध्याला जाणार नि नित्य कर्म करीत बसणार. मला ते महत्त्वाचं वाटतं."

"बापू, दोन दिवस जायला आणि दोन दिवस यायला लागणार. उरलेल्या दोन दिवसांत असं कोणतं महत्त्वाचं तुमचं नित्य कर्म अडणार आहे?"

"महादेवा, इतकी वर्षे माझ्या सान्निध्यात राहून तू मला ओळखलं नाहीस, मग मला इतरांच्याबद्दल कशी तक्रार करता येईल? या उरलेल्या दोन दिवसांत कुष्ठरोगानं जर्जर झालेल्या परचुरेशास्त्रींची सेवा तर मला करता येईल?"

मी निरुत्तर झालो. परचुरेशास्त्रींची परिस्थिती आणि त्यांच्यावरील बापूंची निष्ठा मला माहीत होती.

महादेवभाई देसाई

२.

गांधीजी नुकतेच आफ्रिकेतून आले होते.

मुंबईत काँग्रेसची महासभा भरली होती. तिच्या कामात मदत करायला मी मुंबईला गेलो होतो.

एके दिवशी मी बापूजींना भेटायला गेलो. ते अस्वस्थ होऊन काहीतरी शोधत होते. मी विचारले,

''काय शोधताय बापू?''

''माझी छोटीशी पेन्सिल हरवली आहे.''

''ही घ्या माझी पेन्सिल. त्या छोट्या पेन्सिलीसाठी उगाच वेळ कशाला दवडता आहात?''

“मला तुमची पेन्सिल नको. मला माझीच छोटी पेन्सिल हवी.”

“आता तर माझी ठेवून घ्या. नंतर तुमची सापडली की माझी मला आणून द्या. कुणीतरी तुमची पेन्सिल शोधून देईल.”

“तुमच्या पेन्सिलीनं लिहिण्याकडे माझं लक्ष लागणार नाही. माझी लहानशी पेन्सिल मला फार मोलाची वाटते. तुम्हाला ठाऊक नाही, मद्रासच्या नटेसनच्या छोट्या मुलानं मला ती मोठ्या प्रेमानं दिली होती. ती हरवली तर मला कसं सहन होईल?”

मी काहीच बोललो नाही. मीही त्यांच्याबरोबर ती पेन्सिल शोधू लागलो. शेवटी ती सापडली. मी ती पाहिली, ती जेमतेम दोन इंच असेल. ती मिळाल्यावर बापूजींच्या चेहऱ्यावर निरागस हास्य चमकले. त्या मुलाचं प्रेम गांधीजींना मोठं मोलाचं वाटलं.

काकासाहेब कालेलकर

३.

आम्ही येरवड्याच्या तुरुंगात होतो. नाना प्रकारच्या आमच्या गप्पागोष्टी चालत. बापू एकदा म्हणाले,

“मेलेला सापसुद्धा सांभाळून ठेवला, तर कधीतरी उपयोगी पडतो.”

आपलं म्हणणं पटवून देण्यासाठी बापूंनी मला एक गोष्ट सांगितली. ते म्हणाले,

“एकदा एका म्हातारीच्या घरात साप निघाला. म्हातारी घाबरून ओरडू लागली. आसपासचे लोक धावून आले. सर्वांनी मिळून तो साप मारला. लोक निघून गेले. म्हातारीने तो साप चिमट्यात पकडून झोपडीच्या छपरावर फेकला.”

“एकदा एका घारीने तो मेलेला साप म्हातारीच्या घराच्या छपरावर पाहिला. घारीच्या चोचीत एक मोत्याची माळ होती. घारीनं माळ छपरावर टाकली आणि मेलेल्या सापाला चोचीत धरून ती उडून गेली. खडखडीच्या आवाजाने म्हातारीने छपराकडे पाहिले. सापाच्या जागी तिला काहीतरी दिसले. काठीने तिने ती वस्तू ओढली. बघते तर मोत्यांची माळ. म्हातारीचा आनंद गगनात मावेना.”

बापूंची गोष्ट संपली. मला उत्साह आला. मी ही त्यांना एक गोष्ट ऐकविली-

“एका वाण्याच्या घरात साप निघाला. आरडाओरडीने शेजारी जमले; पण तो मारायला कुणीच धावले नाही. साप घाबरून वेटोळे घालून बसला होता. त्या वाण्याने

प्रसंगावधान राखून त्या सापावर एक मोठे पातेले झाकले. काय योग पाहा. रात्री त्या वाण्याच्या घरात चोर शिरला. त्याने ते पालथे पातेले पाहिले. त्याला वाटले नक्कीच या वाण्याने या पातेल्याखाली दागिने लपवून ठेवले असले पाहिजेत. त्या चोराने भांडे उचलले. त्याला साप चावला. चोराला जीव वाचवता वाचवता नाकी नऊ आले.''

आम्ही दोघे मनमुराद हसलो.

सरदार वल्लभभाई पटेल

४.

मी भारतात गांधीवादाचा अभ्यास करण्याकरिता आले. अर्थातच गांधीजींच्या भेटीशिवाय माझा अभ्यास होणे कसे शक्य होते? बिर्ला हाउसवर मी त्यांना भेटायला गेले. दरवानाने मला बसायला जागा दिली. तो निरोप द्यायला आत गेला. पंधरा मिनिटांनी तो बाहेर आला. तेवढ्या पंधरा मिनिटांत मी बिर्ला हाउससमोरील सुंदर फुलबाग डोळ्यांनी जणू प्राशन केली. मी मनात म्हटले, अशा सुंदर फुलबागा युरोपात आढळणे कठीण.

इतक्यात दरवान आला. मला म्हणाला,

''आठ दिवसांनी या. दुपारी चार ते पाचच्या दरम्यान तुम्हाला बापूजी भेटतील.''

त्याप्रमाणे आठ दिवसांनी मी गांधींच्या भेटीला गेले. त्या बागेत ते कुणाशी तरी बोलत होते. मला पाहताच त्यांनी त्या व्यक्तीला निरोप दिला आणि माझे स्वागत करीत ते मला म्हणाले,

''या ॲगाथाबाई, मी तुमचे माझ्या वतीने नव्हे तर भारताच्या वतीने स्वागत करतो. तुम्ही अभ्यासासाठी आला आहात?

''पण हे तुम्हाला कसं कळलं?''

''भिंतींना कान असतात आणि माझ्या तर बोलक्या भिंती आहेत. ते जाऊ द्या.''

अर्धा तास आमची चर्चा झाली. मी आडवेतिडवे प्रश्न विचारीत होते. ते चतुराईने अचूक उत्तरे देत होते. आमची चर्चा संपल्यावर मी त्यांना म्हटले,

''आणखी एक वेळ तुमची भेट घेणे मला आवडेल.''

''अवश्य, कामाच्या चर्चेसाठी तुमच्याकरिता माझ्या घराचे दार सदैव उघडे राहील.''

भारतीय पद्धतीने मी त्यांना वंदन केले. त्यांनी त्याचा स्वीकार केला. जाताना मी त्यांना म्हटले,

"गांधीजी, एक शंका विचारू?"

"अवश्य."

"मी परवा इथे आले तर सुंदर फुलबाग होती. त्याचं हे उजाड रान कुणी केलं?"

"मी केलं. आणखी तीन महिन्यांनी येशील ना, तेव्हा तुला पहिल्यापेक्षा अधिक सुंदर व उपयुक्त फुलबाग दिसेल."

"गांधीजी, मी तुमच्या बोलण्याचा अर्थ नाही समजले."

"सांगतो. सर्वत्र अन्नाची टंचाई आहे. 'अधिक धान्य पिकवा' म्हणून सरकारने मोहीम उघडली आहे. अशा वेळी केवळ सुंदरतेच्या पोटी फुलबागेसाठी एवढी जमीन देणं भारताला परवडणार नाही. मी ती मोडून टाकली. आता पुन्हा येशील, त्यावेळी एक सुंदर भाजीपाल्याचा मळा इथे दिसेल. पुन्हा येशील त्या वेळी जेवायला ये, म्हणजे या ताज्या भाजीपाल्याची गोडी तुला कळेल."

पुष्कळदा घोषणांसाठी घोषणा दिल्या जातात; पण मुकाट्याने घोषणा न देता कृतीत आणणारा महापुरुष मी पाहिला. मी दिपून गेले. ते एका गोष्टीने की, हा माणूस नसानसांत जिवंत आहे, म्हणूनच तो महामानव आहे. मी तीन महिन्यांनी गेले आणि गांधींचे शब्द खरे ठरलेले मला आढळून आले.

ॲगाथा हॅरिसन

५.

१९४६ साल असेल. गुजराथेतील खेडोपाडी मी स्त्री शिक्षणाचा प्रचार करीत होते. माझा मुक्काम महुआ गावी होता. तेथील चौकातून जाताना गुंड मुलींची छेड काढीत आहेत, असे दृश्य मला दिसले. एका कोळी जातीच्या मुलीबरोबर मी जात असताना तिची

छेड एका गुंडाने काढली. त्याबरोबर मी पायातील चप्पल काढून त्या गुंडाला चांगला प्रसाद दिला. त्या कोळी मुलीला धीर आला आणि तिनेही माझे अनुकरण केले. आणखी काही मुलींना ही हकिगत समजल्यावर त्यांनी माझ्याकडे येऊन आमचीदेखील गुंड छेड काढतात, अशी तक्रार केली. दुसऱ्या एका चौकात त्या मुलींना मी घेऊन जाताच दोन गुंडांनी त्यांची छेड काढली. त्यातल्या एकाला मी त्या मुलीच्या मदतीने पकडले आणि बेदम बदडून काढले. मी गावपाटलाकडे गेले आणि साऱ्या गुंडाना माफी मागणे भाग पाडले.

असेच हिंडता हिंडता दादाजींचे (महात्मा गांधी) मला पत्र आले. त्यात त्यांनी लिहिले होते, ''तू जे काही केलेस त्याबद्दल मी तुझे अभिनंदन करतो. अन्यायासमोर तू दबली नाहीस, याचा मला आनंद झाला. अन्यायाचा प्रतिकार जर अहिंसेने झाला नाही तर जरूर हिंसेने करावा. त्या क्षणाला हिंसा-अहिंसेचा पोकळ वाद घालीत बसू नये.''

मनुबेन गांधी

❁❁❁

भजन

रघुपति राघव राजाराम ।

पतित पावन सीताराम ।।

ईश्वर अल्ला तेरे नाम ।

सबको सन्मति दे भगवान ।।

वैष्णव जन तो

वैष्णव जन तो तेणे कहिये ।
जे पीड पराई जाणे रे ।।
परदु:खे उपकार करे तोये ।
मन अभिमान न जाणे रे ।
सकल लोक मां सहु ने वंदे ।
निंदा न करे केनी रे ।।
वाच काछ मन निश्चल राखे ।
घन घन जननी तेनी रे ।।
समदृष्टिने तृष्णा त्यागी ।
परस्त्री जेने मात रे।
जिव्हाथकी असत्य न बोले ।
पर धन नव झाले हाथ रे ।।
मोह माया व्याप न हिं जेने ।
दृढ वैराग्य जे ना मन मारे ।।
रामनाम शूं ताळी लागी ।
सकल तीरथ ते ना तन मा रे ।
पण लोभी ने कपट रहित छे ।
काम क्रोध निवार्या रे ।।
भणे नरसैं यो तेनुं दरसन ।
करता कुल एको तेर तार्या रे ।।

शिल्पांकित भावमुद्रा

ब्रिटीश पार्लमेंटच्या बाजूस असलेली गांधी प्रतिमा

सॅन फ्रान्सिस्को, कॅलिफोर्निया येथील द फेरी टर्मिनल ऑन एम्बरकार्डेरो येथील महात्मा गांधी यांचा पुतळा

लंडन पार्लमेंट स्क्वेअर येथील गांधीजींची प्रतिमा

लंडन पार्लमेंट स्क्वेअर येथील
महात्मा गांधी यांचा ऐतिहासिक ब्रॉन्झचा पुतळा

जोहान्सबर्ग येथील
महात्मा गांधी यांचा पुतळा

राजघाट, दिल्ली येथील महात्मा गांधी यांचे समाधिस्थळ

एकादशव्रत

अहिंसा, सत्य, अस्तेय, ब्रह्मचर्य असंग्रह ।
शरीरश्रम, आस्वाद, सर्वत्र भयवर्जन ।।
सर्वधर्मी समानत्व, स्वदेशी, स्पर्शभावना ।
ही एकादश सेवावी, नम्रत्वे व्रतनिश्चये ।।